Grænmetisæta 2023

Frá jurtum til matarins. Færðu náttúruna í eldhúsið þitt

Berglind Hreinsdóttir

Höfundarréttur 2023

Allur réttur áskilinn

Allur réttur áskilinn. Ekki má afrita eða afrita neinn hluta þessarar bókar á nokkurn hátt eða með neinum hætti, rafrænum eða vélrænum, þar með talið ljósritun, upptöku eða með einhverju upplýsingageymslu- og öflunarkerfi, án skriflegs leyfis frá útgefanda, nema með stuttum tilvitnunum í umsögn.

Viðvörun-Fyrirvari

Markmiðið með upplýsingum í þessari bók er að vera eins nákvæmar og hægt er. Höfundur og útgefandi bera hvorki ábyrgð né ábyrgð gagnvart neinum með tilliti til tjóns eða tjóns sem stafar af, eða er haldið fram, beint eða óbeint, vegna upplýsinganna sem gefnar eru í þessari bók.

Efnisyfirlit

Kynning 14

GRENNT OG MEÐFERÐIR 19

Vín og sítrónu steiktar þistilhjörtur 20

. Steiktar gulrætur með kryddjurtum 22

Auðveldar steiktar grænar baunir 24

Steikt grænkál með sesamfræjum 26

Vetrarsteikt grænmeti 29

Hefðbundið marokkóskt Tagine 31

Kínverska hvítkál hrært 33

Steikt blómkál með sesamfræjum 35

Sætar maukaðar gulrætur 37

Steikt rófugræn 39

Yukon Gold kartöflumús 41

Arómatísk steikt svissneskur Chard 43

Klassískar steiktar paprikur 45

Maukað rótargrænmeti 47

. Ristað Butternut Squash 49

Steiktir Cremini sveppir 51

Brenndur aspas með sesamfræjum 53

Eggaldinspönn í grískum stíl 55

Keto blómkálsgrjón 57

Easy Garlicky Kale 59

Þistilhjörtu steiktir í sítrónu og ólífuolíu 61

Rósmarín- og hvítlauksristaðar gulrætur 62

Grænar baunir í Miðjarðarhafsstíl 65

Ristað garðgrænmeti 67

. Auðvelt steiktur kóhlrabi 69

Blómkál með Tahinisósu 71

Blómkálsmauk af jurtum 73

Hvítlauks- og kryddsveppapönnu 75

Pönnusteiktur aspas 77

Engiferís gulrótarmauk 79

Brenndar þistilhjörtur í Miðjarðarhafsstíl 81

Steikt grænkál í taílenskum stíl 84

Silkimjúkt kóhlrabímauk 86

Rjómalagt spínat 88

Arómatískur steiktur kóhlrabi 90

Klassískt steikt hvítkál 92

Steiktar gulrætur með sesamfræjum 94

Steiktar gulrætur með tahinisósu 96

Brennt blómkál með kryddjurtum ... 98

Rjómalöguð rósmarín brokkolí mauk ... 101

Auðveld svissnesk Chard Skillet ... 103

Vínbrauð grænkál ... 105

French Haricots Verts ... 107

Smjörkennd rófumauk ... 109

Steiktur kúrbít með kryddjurtum ... 111

Sætar kartöflumús ... 113

Sherry Roasted King Trompet ... 116

Rauðrófu- og kartöflumauk ... 118

Kryddaðir blómkálsbitar ... 120

Kartöflukaka að svissneskum stíl (Rösti) ... 122

Rjómalagt vegan „túnfisk" salat ... 124

Hefðbundin Hanukkah Latkes ... 126

Þakkargjörðarjurtasósa ... 128

Cornichon Relish hjá ömmu ... 130

Epli og trönuberjachutney ... 132

Heimabakað Eplasmjör ... 134

Heimabakað hnetusmjör ... 136

Ristað piparálegg ... 138

Klassískt vegan smjör ... 141

Kúrbítapönnukökur í Miðjarðarhafsstíl ... 142

Hefðbundið norskt flatbrauð (Lefse) 144

Basic Cashew smjör 146

Epla- og möndlusmjörskúlur 147

Hráblandað berjasulta 149

Einfalt heimabakað Tahini 151

Heimalagaður grænmetiskraftur 153

10 mínútna Basic Caramel 156

Hnetukenndur súkkulaði Fudge álegg 157

Cashew rjómaostur 159

Heimagerð súkkulaðimjólk 161

Hefðbundin kóresk Buchimgae 162

Auðvelt heimagerð Nutella 164

Ljúffengt sítrónusmjör 166

Bláberjasulta mömmu 168

Ekta spænsk tortilla 170

Hefðbundin hvítrússnesk draniki 172

Miðjarðarhafs tómatsósu 175

Pipar- og gúrkubragð 177

Heimabakað möndlusmjör 179

Mango Chutney að indverskum stíl 181

Easy Grænmetis Pajeon 183

Heilbrigt súkkulaði hnetusmjör 185

Súkkulaði valhnetuálegg ... 187

Pekan- og apríkósusmjör ... 189

Kanill plómu varðveitir ... 191

Mið-Austur Tahini útbreiðsla ... 193

Vegan Ricotta ostur ... 195

Ofur auðveld möndlumjólk ... 197

Heimagerð vegan jógúrt ... 199

Suður-asíska Masala Paratha ... 202

Hefðbundinn sænskur Raggmunk ... 204

Buffalo sósu með bjór ... 206

Kryddaður kóríander og myntu chutney ... 208

Kanill möndlusmjör ... 210

Rainbow grænmetispönnukökur ... 212

Garðtómatarsnakk ... 214

Stökkt hnetusmjör ... 217

Auðvelt appelsínusmjör ... 219

Grænmeti með kjúklingabaunagarði ... 221

Heit baunadýfingarsósa ... 223

Kynning

Það er aðeins þar til nýlega sem sífellt fleiri eru farnir að tileinka sér plöntubundið mataræði lífsstíl. Það má deila um hvað nákvæmlega hefur dregið tugi milljóna manna inn í þennan lífsstíl. Hins vegar eru vaxandi vísbendingar sem sýna fram á að að fylgja fyrst og fremst plöntubundnu mataræði leiðir til betri þyngdarstjórnunar og almennrar heilsu, laus við marga langvinna sjúkdóma. Hver er heilsufarslegur ávinningur af plöntubundnu mataræði? Eins og það kemur í ljós er að borða plöntubundið eitt hollasta mataræði í heimi. Hollt vegan mataræði inniheldur mikið af ferskum vörum, heilkorni, belgjurtum og hollri fitu eins og fræjum og hnetum. Þau eru rík af andoxunarefnum, steinefnum, vítamínum og matartrefjum. Núverandi vísindarannsóknir bentu á að meiri neysla á matvælum úr jurtaríkinu tengist minni hættu á dánartíðni af völdum sjúkdóma eins og hjarta- og æðasjúkdóma, sykursýki af tegund 2, háþrýstingi og offitu. Vegan mataráætlanir byggja oft mikið á heilbrigðum grunnefnum og forðast dýraafurðir sem eru hlaðnar sýklalyfjum, aukefnum og hormónum. Auk þess getur það verið skaðlegt heilsu manna að neyta hærra hlutfalls nauðsynlegra amínósýra með dýrapróteinum. Þar sem dýraafurðir innihalda miklu 8 meiri fitu en matvæli úr jurtaríkinu, þá er það ekki áfall að rannsóknir hafa sýnt að kjötátendur eru með nífalt meiri offitu en vegan. Þetta leiðir okkur að næsta atriði, einum mesta ávinningi vegan mataræðisins - þyngdartap. Þó að margir kjósi að lifa vegan lífi af siðferðilegum ástæðum, mataræðið sjálft getur hjálpað þér að ná markmiðum þínum um þyngdartap. Ef þú ert í erfiðleikum með að skipta um kíló gætirðu viljað íhuga að prófa mataræði sem byggir á plöntum. Hvernig nákvæmlega? Sem vegan munt þú fækka kaloríuríkum matvælum eins og fullfeitum mjólkurvörum, feitum fiski, svínakjöti og öðrum matvælum sem innihalda kólesteról eins og egg. Prófaðu að skipta út slíkum mat fyrir trefjaríka og próteinríka valkosti sem halda þér söddari lengur. Lykillinn er að einbeita sér að næringarríkum, hreinum og náttúrulegum matvælum og forðast tómar hitaeiningar eins og sykur, mettaða fitu og mjög unnin matvæli. Hér eru nokkur brellur sem hjálpa mér að halda þyngd minni á vegan mataræði í mörg ár. Ég borða grænmeti sem aðalrétt; Ég neyta góðrar fitu í hófi – góð fita eins og ólífuolía gerir þig ekki feitan; Ég hreyfi mig reglulega og elda heima. Njóttu! Ef þú ert í erfiðleikum með að skipta um kíló gætirðu viljað íhuga að prófa mataræði sem byggir á plöntum. Hvernig nákvæmlega? Sem vegan munt þú fækka kaloríuríkum matvælum eins og fullfeitum mjólkurvörum, feitum fiski, svínakjöti og öðrum matvælum sem innihalda kólesteról eins og egg. Prófaðu að skipta út slíkum mat fyrir trefjaríka og próteinríka valkosti sem halda þér söddari lengur. Lykillinn er að einbeita sér að næringarríkum, hreinum og náttúrulegum matvælum og forðast tómar hitaeiningar eins og sykur, mettaða fitu og mjög unnin matvæli. Hér eru nokkur brellur sem hjálpa mér að halda þyngd minni á vegan mataræði í mörg ár. Ég borða grænmeti sem aðalrétt; Ég neyta góðrar fitu í hófi – góð fita eins og ólífuolía gerir þig ekki feitan; Ég hreyfi mig reglulega og elda heima. Njóttu! Ef þú ert í erfiðleikum með að skipta um kíló gætirðu viljað íhuga að prófa mataræði sem byggir á plöntum. Hvernig nákvæmlega? Sem vegan munt þú fækka kaloríuríkum matvælum eins og fullfeitum mjólkurvörum, feitum fiski, svínakjöti og öðrum matvælum sem innihalda kólesteról eins og egg. Prófaðu að skipta út slíkum mat fyrir trefjaríka og próteinríka valkosti sem halda þér söddari lengur. Lykillinn er að einbeita sér að næringarríkum, hreinum og náttúrulegum matvælum og forðast tómar hitaeiningar eins og sykur, mettaða fitu og mjög unnin matvæli. Hér eru nokkur brellur sem hjálpa mér að halda þyngd minni á vegan mataræði í mörg ár. Ég borða grænmeti sem aðalrétt; Ég neyta góðrar fitu í hófi – góð fita eins og ólífuolía gerir þig ekki feitan; Ég hreyfi mig reglulega og elda heima. Njóttu! Hvernig nákvæmlega? Sem vegan munt þú fækka kaloríuríkum matvælum eins og fullfeitum mjólkurvörum, feitum fiski, svínakjöti og öðrum matvælum sem innihalda kólesteról eins og egg. Prófaðu að skipta út slíkum mat fyrir trefjaríka og próteinríka valkosti sem halda þér söddari lengur. Lykillinn er að einbeita sér að næringarríkum, hreinum og náttúrulegum matvælum og forðast tómar hitaeiningar eins og sykur, mettaða fitu og mjög unnin matvæli. Hér eru nokkur brellur sem hjálpa mér að halda þyngd minni á vegan mataræði í mörg ár. Ég borða grænmeti sem aðalrétt; Ég neyta góðrar fitu í hófi – góð fita eins og ólífuolía gerir þig ekki feitan; Ég hreyfi mig reglulega og elda heima. Njóttu! Hvernig nákvæmlega? Sem vegan munt þú fækka kaloríuríkum matvælum eins og fullfeitum mjólkurvörum, feitum fiski, svínakjöti og öðrum matvælum sem innihalda kólesteról eins og egg. Prófaðu að skipta út slíkum mat fyrir trefjaríka og próteinríka valkosti sem halda þér söddari lengur. Lykillinn er að einbeita sér að næringarríkum, hreinum og náttúrulegum matvælum og forðast tómar kaloríur eins og sykur, mettaða fitu og mjög unnin matvæli. Hér eru nokkur brellur sem hjálpa mér að halda þyngd minni á vegan mataræði í mörg ár. Ég borða grænmeti sem aðalrétt; Ég neyta góðrar fitu í hófi – góð fita eins og ólífuolía gerir þig ekki feitan; Ég hreyfi mig reglulega og elda heima. Njóttu! Prófaðu að skipta út slíkum mat fyrir trefjaríka og próteinríka valkosti sem halda þér söddari lengur. Lykillinn er að einbeita sér að næringarríkum, hreinum og náttúrulegum matvælum og forðast tómar hitaeiningar eins og sykur, mettaða fitu og mjög unnin matvæli. Hér eru nokkur brellur sem hjálpa mér að halda þyngd minni á vegan mataræði í mörg ár. Ég borða grænmeti sem aðalrétt; Ég neyta góðrar fitu í hófi – góð fita eins og ólífuolía gerir þig ekki feitan; Ég hreyfi mig reglulega og elda heima. Njóttu! Prófaðu að skipta út slíkum mat fyrir trefjaríka og próteinríka valkosti sem halda þér söddari lengur. Lykillinn er að einbeita sér að næringarríkum, hreinum og náttúrulegum matvælum og forðast tómar hitaeiningar eins og sykur, mettaða fitu og mjög unnin matvæli. Hér eru nokkur brellur sem hjálpa mér að halda þyngd minni á vegan mataræði í mörg ár. Ég borða grænmeti sem aðalrétt; Ég neyta góðrar fitu í hófi – góð fita eins og ólífuolía gerir þig ekki feitan; Ég hreyfi mig reglulega og elda heima. Njóttu! Ég neyta góðrar fitu í hófi – góð fita eins og ólífuolía gerir þig ekki feitan; Ég hreyfi mig reglulega og elda heima. Njóttu! Ég neyta góðrar fitu í hófi – góð fita eins og ólífuolía gerir þig ekki feitan; Ég hreyfi mig reglulega og elda heima. Njóttu!

GRENNT OG MEÐFERÐIR

Vín og sítrónu steiktar þistilhjörtur

(Tilbúið eftir um 35 mínútur | Skammtar 4)

Hver skammtur: Kaloríur: 228; Fita: 15,4g; Kolvetni: 19,3g; Prótein: 7,2g

Hráefni

1 stór sítróna, nýkreist

1 ½ pund ætiþistlar, snyrtir, hörð ytri lauf og kæfur fjarlægðar

2 msk myntulauf, smátt skorin

2 matskeiðar kóríanderlauf, smátt saxað

2 matskeiðar basilíkublöð, smátt skorin

2 hvítlauksgeirar, saxaðir

1/4 bolli þurrt hvítvín

1/4 bolli extra virgin ólífuolía, auk meira til að drekka

Sjávarsalt og nýmalaður svartur pipar, eftir smekk

Leiðbeiningar

Fylltu skál af vatni og bættu sítrónusafanum út í. Settu hreinsuðu ætiþistlana í skálina, haltu þeim alveg á kafi.

Blandið kryddjurtunum og hvítlauknum vel saman í annarri lítilli skál. Nuddaðu ætiþistlinum þínum með kryddjurtablöndunni.

Hellið víninu og ólífuolíu í pott; bætið þistilhjörtum í pottinn.

Látið sjóða niður og haltu áfram að elda, undir lokinu, í um það bil 30 mínútur þar til ætiþistlarnir eru stökkir.

Til að bera fram skaltu dreypa ætiþistlinum með matreiðslusafanum, krydda þá með salti og svörtum pipar og njóta!

. Steiktar gulrætur með kryddjurtum

(Tilbúið eftir um 25 mínútur | Skammtar 4)

Hver skammtur: Kaloríur: 217; Fita: 14,4g; Kolvetni: 22,4g; Prótein: 2,3g

Hráefni

2 pund gulrætur, snyrtar og helmingaðar langsum

4 matskeiðar ólífuolía

1 tsk kornaður hvítlaukur

1 tsk paprika

Sjávarsalt og nýmalaður svartur pipar

2 matskeiðar ferskt kóríander, saxað

2 matskeiðar fersk steinselja, söxuð

2 msk ferskur graslaukur, saxaður

Leiðbeiningar

Byrjaðu á því að forhita ofninn þinn í 400 gráður F.

Hrærið gulræturnar með ólífuolíu, hvítlauk, papriku, salti og svörtum pipar. Raðið þeim í einu lagi á bökunarpappírsklædda steikarplötu.

Steikið gulræturnar í forhituðum ofni í um 20 mínútur, þar til gaffallinn er mjúkur.

Hellið gulrótunum með ferskum kryddjurtum og berið fram strax.

Verði þér að góðu!

Auðveldar steiktar grænar baunir

(Tilbúið eftir um það bil 15 mínútur | Skammtar 4)

Hver skammtur: Hitaeiningar: 207; Fita: 14,5g; Kolvetni: 16,5g; Prótein: 5,3g

Hráefni

4 matskeiðar ólífuolía

1 gulrót, skorin í eldspýtustangir

1 ½ pund grænar baunir, snyrtar

4 hvítlauksrif, afhýdd

1 lárviður

1 ½ bolli grænmetissoð

Sjávarsalt og malaður svartur pipar, eftir smekk

1 sítróna, skorin í báta

Leiðbeiningar

Hitið ólífuolíuna í potti yfir meðalloga. Þegar það er heitt skaltu steikja gulræturnar og grænu baunirnar í um það bil 5 mínútur og hræra reglulega til að stuðla að jafnri eldun.

Bætið hvítlauknum og lárviðnum út í og steikið áfram í 1 mínútu til viðbótar eða þar til ilmandi.

Bætið seyði, salti og svörtum pipar út í og haltu áfram að malla undir loki í um 9 mínútur eða þar til grænu baunirnar eru orðnar meyrar.

Smakkið til, stillið kryddið og berið fram með sítrónubátum. Verði þér að góðu!

Steikt grænkál með sesamfræjum

(Tilbúið eftir um 10 mínútur | Skammtar 4)

Hver skammtur: Kaloríur: 247; Fita: 19,9g; Kolvetni: 13,9g; Prótein: 8,3g

Hráefni

1 bolli grænmetissoð

1 pund grænkál, hreinsað, harðir stilkar fjarlægðir, rifnir í bita

4 matskeiðar ólífuolía

6 hvítlauksgeirar, saxaðir

1 tsk paprika

Kosher salt og malaður svartur pipar, eftir smekk

4 matskeiðar sesamfræ, létt ristuð

Leiðbeiningar

Látið suðuna koma upp í potti; bætið grænkálsblöðunum út í og látið sjóða. Eldið í um það bil 5 mínútur þar til grænkál hefur mýkst; varasjóður.

Hitið olíuna í sama potti yfir meðalhita. Þegar hann er heitur, steikið hvítlaukinn í um það bil 30 sekúndur eða þar til hann er arómatískur.

Bætið út í fráteknu grænkáli, papriku, salti og svörtum pipar og látið það malla í nokkrar mínútur í viðbót eða þar til það er hitað í gegn.

Skreytið með létt ristuðum sesamfræjum og berið fram strax.
Verði þér að góðu!

Vetrarsteikt grænmeti

(Tilbúið eftir um 45 mínútur | Skammtar 4)

Hver skammtur: Kaloríur: 255; Fita: 14g; Kolvetni: 31g; Prótein: 3g

Hráefni

1/2 pund gulrætur, skera í 1 tommu bita

1/2 pund parsnips, sneið í 1 tommu bita

1/2 pund sellerí, sneið í 1 tommu bita

1/2 pund sætar kartöflur, skera í 1 tommu bita

1 stór laukur, sneið í báta

1/4 bolli ólífuolía

1 tsk rauð paprika flögur

1 tsk þurrkuð basil

1 tsk þurrkað oregano

1 tsk þurrkað timjan

Sjávarsalt og nýmalaður svartur pipar

Leiðbeiningar

Byrjaðu á því að forhita ofninn þinn í 420 gráður F.

Hellið grænmetinu með ólífuolíu og kryddi. Raðið þeim á bökunarpappírsklædda ofnpönnu.

Steikið í um 25 mínútur. Hrærið grænmetið og haltu áfram að elda í 20 mínútur í viðbót.

Verði þér að góðu!

Hefðbundið marokkóskt Tagine

(Tilbúið eftir um 30 mínútur | Skammtar 4)

Hver skammtur: Kaloríur: 258; Fita: 12,2g; Kolvetni: 31g; Prótein: 8,1g

Hráefni

3 matskeiðar ólífuolía

1 stór skalottlaukur, saxaður

1 tsk engifer, afhýtt og saxað

4 hvítlauksgeirar, saxaðir

2 meðalstórar gulrætur, snyrtar og saxaðar

2 meðalstórar pastinakar, snyrtar og saxaðar

2 miðlungs sætar kartöflur, skrældar og skornar í teninga

Sjávarsalt og malaður svartur pipar, eftir smekk

1 tsk heit sósa

1 tsk fenugreek

1/2 tsk saffran

1/2 tsk kúm

2 stórir tómatar, maukaðir

4 bollar grænmetissoð

1 sítróna, skorin í báta

Leiðbeiningar

Hitið ólífuolíuna yfir meðalhita í hollenskum ofni. Þegar það er heitt, steikið skalottlaukana í 4 til 5 mínútur, þar til þeir eru mjúkir.

Steikið síðan engifer og hvítlauk í um 40 sekúndur eða þar til arómatískt.

Bætið restinni út í, nema sítrónunni, og látið suðuna koma upp. Snúðu strax undir hita.

Látið malla í um 25 mínútur eða þar til grænmetið hefur mýkst. Berið fram með ferskum sítrónubátum og njótið!

Kínverska hvítkál hrært

(Tilbúið eftir um það bil 10 mínútur | Skammtar 3)

Hver skammtur: Kaloríur: 228; Fita: 20,7g; Kolvetni: 9,2g; Prótein: 4,4g

Hráefni

3 matskeiðar sesamolía

1 pund kínakál, skorið í sneiðar

1/2 tsk kínverskt fimm kryddduft

Kosher salt, eftir smekk

1/2 tsk Szechuan pipar

2 matskeiðar sojasósa

3 msk sesamfræ, létt ristuð

Leiðbeiningar

Hitið sesamolíuna í wok þar til hún er kraumandi. Hrærið kálið í um það bil 5 mínútur.

Hrærið kryddi og sojasósu út í og haltu áfram að elda, hrærið oft, í um það bil 5 mínútur í viðbót, þar til kálið er stökkt og mjúkt og arómatískt.

Stráið sesamfræjum yfir og berið fram strax.

Steikt blómkál með sesamfræjum

(Tilbúið eftir um það bil 15 mínútur | Skammtar 4)

Hver skammtur: Kaloríur: 217; Fita: 17g; Kolvetni: 13,2g; Prótein: 7,1g

Hráefni

1 bolli grænmetissoð

1 ½ pund blómkálsblóm

4 matskeiðar ólífuolía

2 stönglar af rauðlauk, saxaðir

4 hvítlauksrif, söxuð

Sjávarsalt og nýmalaður svartur pipar, eftir smekk

2 matskeiðar sesamfræ, létt ristuð

Leiðbeiningar

Í stórum potti er grænmetissoðið látið sjóða; Bætið síðan blómkálinu út í og eldið í um 6 mínútur eða þar til gaffalinn er meyr; varasjóður.

Hitið síðan ólífuolíuna þar til hún er snarka; steikið nú laukinn og hvítlaukinn í um það bil 1 mínútu eða þar til mjúkur og ilmandi.

Bætið út í fráteknu blómkálinu, fylgt eftir með salti og svörtum pipar; haltu áfram að malla í um það bil 5 mínútur eða þar til það er hitað í gegn

Skreytið með ristuðum sesamfræjum og berið fram strax. Verði þér að góðu!

Sætar maukaðar gulrætur

(Tilbúið eftir um 25 mínútur | Skammtar 4)

Hver skammtur: Kaloríur: 270; Fita: 14,8g; Kolvetni: 29,2g; Prótein: 4,5g

Hráefni

1 ½ pund gulrætur, snyrtar

3 matskeiðar vegan smjör

1 bolli laukur, skorinn í sneiðar

1 matskeið hlynsíróp

1/2 tsk hvítlauksduft

1/2 tsk malað pipar

Sjávarsalt, eftir smekk

1/2 bolli sojasósa

2 matskeiðar ferskt kóríander, saxað

Leiðbeiningar

Gufustið gulræturnar í um það bil 15 mínútur þar til þær eru mjög mjúkar; tæmdu vel.

Bræðið smjörið á pönnu þar til það er malað. Sæktu nú hitann til að viðhalda þrálátri suðu.

Steikið nú laukinn þar til hann hefur mýkst. Bætið hlynsírópinu, hvítlauksduftinu, möluðu pipar, salti og sojasósu út í í um það bil 10 mínútur eða þar til þau eru karamellulögð.

Bætið karamelluðu lauknum í matvinnsluvélina þína; bætið gulrótunum út í og maukið hráefnin þar til allt hefur blandast vel saman.

Berið fram skreytt með fersku kóríander. Njóttu!

Steikt rófugræn

(Tilbúið eftir um það bil 15 mínútur | Skammtar 4)

Hver skammtur: Kaloríur: 140; Fita: 8,8g; Kolvetni: 13g; Prótein: 4,4g

Hráefni

2 matskeiðar ólífuolía

1 laukur, sneiddur

2 hvítlauksrif, skorin í sneiðar

1 ½ pund næpa hreinsuð og saxuð

1/4 bolli grænmetissoð

1/4 bolli þurrt hvítvín

1/2 tsk þurrkað oregano

1 tsk þurrkaðar steinseljuflögur

Kosher salt og malaður svartur pipar, eftir smekk

Leiðbeiningar

Hitið ólífuolíuna á frekar háum hita á pönnu.

Steikið nú laukinn í 3 til 4 mínútur eða þar til hann er mjúkur og hálfgagnsær. Bætið hvítlauknum út í og haltu áfram að elda í 30 sekúndur í viðbót eða þar til arómatískt.

Hrærið rófugrösunum, seyði, víni, oregano og steinselju saman við; haltu áfram að steikja í 6 mínútur til viðbótar eða þar til þær hafa visnað alveg.

Kryddið með salti og svörtum pipar eftir smekk og berið fram volga. Verði þér að góðu!

Yukon Gold kartöflumús

(Tilbúið eftir um 25 mínútur | Skammtar 5)

Hver skammtur: Kaloríur: 221; Fita: 7,9g; Kolvetni: 34,1g; Prótein: 4,7g

Hráefni

2 pund Yukon Gold kartöflur, skrældar og skornar í teninga

1 hvítlauksgeiri, pressaður

Sjávarsalt og rauð piparflögur, eftir smekk

3 matskeiðar vegan smjör

1/2 bolli sojamjólk

2 matskeiðar laukur, skorinn í sneiðar

Leiðbeiningar

Hyljið kartöflurnar með tommu eða tveimur af köldu vatni. Soðið kartöflurnar í varlega sjóðandi vatni í um 20 mínútur.

Maukið síðan kartöflurnar, ásamt hvítlauk, salti, rauðum pipar, smjöri og mjólk, að því marki sem þú vilt.

Berið fram skreytt með ferskum lauk. Verði þér að góðu!

Arómatísk steikt svissneskur Chard

(Tilbúið eftir um það bil 15 mínútur | Skammtar 4)

Hver skammtur: Kaloríur: 124; Fita: 6,7g; Kolvetni: 11,1g; Prótein: 5g

Hráefni

2 matskeiðar vegan smjör

1 laukur, saxaður

2 hvítlauksgeirar, sneiddir

Sjávarsalt og malaður svartur pipar, til að krydda

1 ½ pund svissnesk kol, rifin í bita, harðir stilkar fjarlægðir

1 bolli grænmetissoð

1 lárviðarlauf

1 timjankvistur

2 rósmarín greinar

1/2 tsk sinnepsfræ

1 tsk sellerífræ

Leiðbeiningar

Bræðið vegan smjörið í potti við meðalháan hita.

Steikið síðan laukinn í um það bil 3 mínútur eða þar til hann er mjúkur og hálfgagnsær; steikið hvítlaukinn í um það bil 1 mínútu þar til hann er arómatískur.

Bætið restinni af hráefnunum út í og látið sjóða; látið malla undir loki í um 10 mínútur eða þar til allt er eldað í gegn. Verði þér að góðu!

Klassískar steiktar paprikur

(Tilbúið eftir um það bil 15 mínútur | Skammtar 2)

Hver skammtur: Kaloríur: 154; Fita: 13,7g; Kolvetni: 2,9g; Prótein: 0,5g

Hráefni

3 matskeiðar ólífuolía

4 paprikur, fræhreinsaðar og skornar í strimla

2 hvítlauksgeirar, saxaðir

Salt og nýmalaður svartur pipar, eftir smekk

1 tsk cayenne pipar

4 matskeiðar þurrt hvítvín

2 matskeiðar ferskt kóríander, gróft saxað

Leiðbeiningar

Hitið olíuna í potti yfir meðalháan hita.

Þegar þær eru heitar, steikið paprikurnar í um það bil 4 mínútur eða þar til þær eru mjúkar og ilmandi. Steikið síðan hvítlaukinn í um það bil 1 mínútu þar til hann er arómatískur.

Bætið salti, svörtum pipar og cayennepipar út í; haltu áfram að steikja, bætið við víninu, í um 6 mínútur í viðbót þar til það er meyrt og eldað í gegn.

Smakkið til og stillið kryddið. Toppið með fersku kóríander og berið fram. Verði þér að góðu!

Maukað rótargrænmeti

(Tilbúið eftir um 25 mínútur | Skammtar 5)

Hver skammtur: Hitaeiningar: 207; Fita: 9,5g; Kolvetni: 29,1g; Prótein: 3g

Hráefni

1 pund kartöflur, skrældar og skornar í bita

1/2 pund parsnips, snyrt og skorið í teninga

1/2 pund gulrætur, snyrtar og skornar í teninga

4 matskeiðar vegan smjör

1 tsk þurrkað oregano

1/2 tsk þurrkað dill illgresi

1/2 tsk þurrkuð marjoram

1 tsk þurrkuð basil

Leiðbeiningar

Hyljið grænmetið með vatni um 1 tommu. Látið suðuna koma upp og eldið í um 25 mínútur þar til þær hafa mýkst; holræsi.

Maukið grænmetið með restinni af hráefnunum, bætið við matreiðsluvökva eftir þörfum.

Berið fram heitt og njótið!

. Ristað Butternut Squash

(Tilbúið eftir um 25 mínútur | Skammtar 4)

Hver skammtur: Kaloríur: 247; Fita: 16,5g; Kolvetni: 23,8g; Prótein: 4,3g

Hráefni

4 matskeiðar ólífuolía

1/2 tsk malað kúmen

1/2 tsk malað pipar

1 ½ pund butternut squash, afhýtt, fræhreinsað og skorið í teninga

1/4 bolli þurrt hvítvín

2 matskeiðar dökk sojasósa

1 tsk sinnepsfræ

1 tsk paprika

Sjávarsalt og malaður svartur pipar, eftir smekk

Leiðbeiningar

Byrjaðu á því að forhita ofninn þinn í 420 gráður F. Kasta leiðsögninni með restinni af hráefnunum.

Ristið rjómann í um 25 mínútur eða þar til þær eru mjúkar og karamelluberaðar.

Berið fram heitt og njótið!

Steiktir Cremini sveppir

(Tilbúið eftir um 10 mínútur | Skammtar 4)

Hver skammtur: Kaloríur: 197; Fita: 15,5g; Kolvetni: 8,8g; Prótein: 7,3g

Hráefni

4 matskeiðar ólífuolía

4 matskeiðar skalottlaukur, saxaður

2 hvítlauksgeirar, saxaðir

1 ½ pund Cremini sveppir, skornir í sneiðar

1/4 bolli þurrt hvítvín

Sjávarsalt og malaður svartur pipar, eftir smekk

Leiðbeiningar

Hitið ólífuolíuna á frekar háum hita á pönnu.

Steikið nú skalottlaukana í 3 til 4 mínútur eða þar til hann er mjúkur og hálfgagnsær. Bætið hvítlauknum út í og haltu áfram að elda í 30 sekúndur í viðbót eða þar til arómatískt.

Hrærið Cremini sveppunum, víni, salti og svörtum pipar saman við; haltu áfram að steikja í 6 mínútur til viðbótar, þar til sveppirnir þínir eru ljósbrúnir.

Verði þér að góðu!

Brenndur aspas með sesamfræjum

(Tilbúið eftir um 25 mínútur | Skammtar 4)

Hver skammtur: Kaloríur: 215; Fita: 19,1g; Kolvetni: 8,8g; Prótein: 5,6g

Hráefni

1 ½ pund aspas, snyrtur

4 matskeiðar extra virgin ólífuolía

Sjávarsalt og malaður svartur pipar, eftir smekk

1/2 tsk þurrkað oregano

1/2 tsk þurrkuð basil

1 tsk rauð paprika flögur, muldar

4 matskeiðar sesamfræ

2 msk ferskur graslaukur, grófsaxaður

Leiðbeiningar

Byrjaðu á því að forhita ofninn í 400 gráður F. Klæddu síðan bökunarplötu með bökunarpappír.

Kasta aspasnum með ólífuolíu, salti, svörtum pipar, oregano, basil og rauðum piparflögum. Nú skaltu raða aspasnum þínum í eitt lag á tilbúnu bökunarplötunni.

Steikið aspasinn þinn í um það bil 20 mínútur.

Stráið sesamfræjum yfir aspasinn þinn og haltu áfram að baka í 5 mínútur til viðbótar eða þar til aspasspjótin eru stökk meyr og sesamfræin létt ristuð.

Skreytið með ferskum graslauk og berið fram heitt. Verði þér að góðu!

Eggaldinspönn í grískum stíl

(Tilbúið eftir um það bil 15 mínútur | Skammtar 4)

Hver skammtur: Kaloríur: 195; Fita: 16,1g; Kolvetni: 13,4g; Prótein: 2,4g

Hráefni

4 matskeiðar ólífuolía

1 ½ pund eggaldin, afhýtt og skorið í sneiðar

1 tsk hvítlaukur, saxaður

1 tómatur, mulinn

Sjávarsalt og malaður svartur pipar, eftir smekk

1 tsk cayenne pipar

1/2 tsk þurrkað oregano

1/4 tsk malað lárviðarlauf

2 aura Kalamata ólífur, grýttar og skornar í sneiðar

Leiðbeiningar

Hitið olíuna á pönnu yfir meðalháum loga.

Steikið síðan eggaldinið í um 9 mínútur eða þar til það er aðeins mjúkt.

Bætið afganginum út í, setjið lok á og haltu áfram að elda í 2 til 3 mínútur í viðbót eða þar til það er vel soðið. Berið fram heitt.

Keto blómkálsgrjón

(Tilbúið eftir um það bil 10 mínútur | Skammtar 5)

Hver skammtur: Kaloríur: 135; Fita: 11,5g; Kolvetni: 7,2g; Prótein: 2,4g

Hráefni

2 meðalstór blómkálshaus, stilkar og lauf fjarlægð

4 matskeiðar extra virgin ólífuolía

4 hvítlauksrif, pressuð

1/2 tsk rauðar piparflögur, muldar

Sjávarsalt og malaður svartur pipar, eftir smekk

1/4 bolli flatblaða steinselja, gróft skorin

Leiðbeiningar

Púlsaðu blómkálið í matvinnsluvél með S-blaðinu þar til það er brotið í „hrísgrjón".

Hitið ólífuolíuna í potti við meðalháan hita. Þegar það er heitt, eldið hvítlaukinn þar til hann er ilmandi eða um það bil 1 mínútu.

Bætið blómkálshrísgrjónunum, rauðum pipar, salti og svörtum pipar út í og steikið áfram í 7 til 8 mínútur til viðbótar.

Smakkið til, stillið kryddið og skreytið með ferskri steinselju. Verði þér að góðu!

Easy Garlicky Kale

(Tilbúið eftir um 10 mínútur | Skammtar 4)

Hver skammtur: Kaloríur: 217; Fita: 15,4g; Kolvetni: 16,1g; Prótein: 8,6g

Hráefni

4 matskeiðar ólífuolía

4 hvítlauksgeirar, saxaðir

1 ½ pund ferskt grænkál, harðir stilkar og rif fjarlægð, rifin í bita

1 bolli grænmetissoð

1/2 tsk kúmenfræ

1/2 tsk þurrkað oregano

1/2 tsk paprika

1 tsk laukduft

Sjávarsalt og malaður svartur pipar, eftir smekk

Leiðbeiningar

Hitið ólífuolíuna í potti yfir hóflega háum hita. Steikið nú hvítlaukinn í um það bil 1 mínútu eða þar til arómatískt.

Bætið grænkálinu út í í skömmtum, bætið grænmetissoðinu smám saman við; hrærið til að stuðla að jafnri eldun.

Látið sjóða niður, bætið kryddinu út í og látið malla í 5 til 6 mínútur þar til grænkálslaufin visna.

Berið fram heitt og njótið!

Þistilhjörtu steiktir í sítrónu og ólífuolíu

(Tilbúið eftir um 35 mínútur | Skammtar 4)

Hver skammtur: Kaloríur: 278; Fita: 18,2g; Kolvetni: 27g; Prótein: 7,8g

Hráefni

1 ½ bolli vatn

2 sítrónur, nýpressaðar

2 pund ætiþistlar, snyrtir, hörð ytri lauf og kæfa fjarlægð

1 handfylli fersk ítalsk steinselja

2 timjangreinar

2 rósmarín greinar

2 lárviðarlauf

2 hvítlauksgeirar, saxaðir

1/3 bolli ólífuolía

Sjávarsalt og malaður svartur pipar, eftir smekk

1/2 tsk rauðar piparflögur

Leiðbeiningar

Fylltu skál af vatni og bættu sítrónusafanum út í. Settu hreinsuðu ætiþistlana í skálina, haltu þeim alveg á kafi.

Blandið kryddjurtunum og hvítlauknum vel saman í annarri lítilli skál. Nuddaðu ætiþistlinum þínum með kryddjurtablöndunni.

Hellið sítrónuvatninu og ólífuolíu í pott; bætið þistilhjörtum í pottinn. Látið sjóða niður og haltu áfram að elda, undir lokinu, í um það bil 30 mínútur þar til ætiþistlarnir eru stökkir.

Til að bera fram, dreypið ætiþistlinum með matreiðslusafa, kryddið þá með salti, svörtum pipar og rauðum piparflögum. Verði þér að góðu!

Rósmarín- og hvítlauksristaðar gulrætur

(Tilbúið eftir um 25 mínútur | Skammtar 4)

Hver skammtur: Kaloríur: 228; Fita: 14,2g; Kolvetni: 23,8g; Prótein: 2,8g

Hráefni

2 pund gulrætur, snyrtar og helmingaðar langsum

4 matskeiðar ólífuolía

2 matskeiðar kampavínsedik

4 hvítlauksgeirar, saxaðir

2 greinar rósmarín, saxað

Sjávarsalt og malaður svartur pipar, eftir smekk

4 matskeiðar furuhnetur, saxaðar

Leiðbeiningar

Byrjaðu á því að forhita ofninn þinn í 400 gráður F.

Hrærið gulræturnar með ólífuolíu, ediki, hvítlauk, rósmaríni, salti og svörtum pipar. Raðið þeim í einu lagi á bökunarpappírsklædda steikarplötu.

Steikið gulræturnar í forhituðum ofni í um 20 mínútur, þar til gaffallinn er mjúkur.

Skreytið gulræturnar með furuhnetunum og berið fram strax. Verði þér að góðu!

Grænar baunir í Miðjarðarhafsstíl

(Tilbúið eftir um 20 mínútur | Skammtar 4)

Hver skammtur: Kaloríur: 159; Fita: 8,8g; Kolvetni: 18,8g; Prótein: 4,8g

Hráefni

2 matskeiðar ólífuolía

1 rauð paprika, fræhreinsuð og skorin í teninga

1 ½ pund grænar baunir

4 hvítlauksrif, söxuð

1/2 tsk sinnepsfræ

1/2 tsk fennel fræ

1 tsk þurrkað dill illgresi

2 tómatar, maukaðir

1 bolli rjómi af sellerísúpu

1 tsk ítalsk kryddjurtablanda

1 tsk cayenne pipar

Salt og nýmalaður svartur pipar

Leiðbeiningar

Hitið ólífuolíuna í potti yfir meðalloga. Þegar það er heitt skaltu steikja paprikuna og grænu baunirnar í um það bil 5 mínútur og hræra reglulega til að stuðla að jafnri eldun.

Bætið hvítlauk, sinnepsfræjum, fennelfræjum og dilli út í og steikið áfram í 1 mínútu til viðbótar eða þar til ilmandi.

Bætið út í maukuðum tómötum, sellerísúpu, ítalskri kryddjurtablöndu, cayennepipar, salti og svörtum pipar. Haltu áfram að malla, undir loki, í um 9 mínútur eða þar til grænu baunirnar eru mjúkar.

Smakkið til, stillið kryddið og berið fram heitt. Verði þér að góðu!

Ristað garðgrænmeti

(Tilbúið eftir um 45 mínútur | Skammtar 4)

Hver skammtur: Hitaeiningar: 311; Fita: 14,1g; Kolvetni: 45,2g; Prótein: 3,9g

Hráefni

1 pund butternut squash, afhýtt og skorið í 1 tommu bita

4 sætar kartöflur, skrældar og skornar í 1 tommu bita

1/2 bolli gulrætur, skrældar og skornar í 1 tommu bita

2 meðalstórir laukar, skornir í báta

4 matskeiðar ólífuolía

1 tsk kornaður hvítlaukur

1 tsk paprika

1 tsk þurrkað rósmarín

1 tsk sinnepsfræ

Kosher salt og nýmalaður svartur pipar, eftir smekk

Leiðbeiningar

Byrjaðu á því að forhita ofninn þinn í 420 gráður F.

Hellið grænmetinu með ólífuolíu og kryddi. Raðið þeim á bökunarpappírsklædda ofnpönnu.

Steikið í um 25 mínútur. Hrærið grænmetið og haltu áfram að elda í 20 mínútur í viðbót.

Verði þér að góðu!

. Auðvelt steiktur kóhlrabi

(Tilbúið eftir um 30 mínútur | Skammtar 4)

Hver skammtur: Hitaeiningar: 177; Fita: 14g; Kolvetni: 10,5g; Prótein: 4,5g

Hráefni

1 pund kóhlrabi perur, skrældar og skornar í sneiðar

4 matskeiðar ólífuolía

1/2 tsk sinnepsfræ

1 tsk sellerífræ

1 tsk þurrkuð marjoram

1 tsk kornaður hvítlaukur, saxaður

Sjávarsalt og malaður svartur pipar, eftir smekk

2 matskeiðar næringarger

Leiðbeiningar

Byrjaðu á því að forhita ofninn þinn í 450 gráður F.

Hrærið kóhlrabi með ólífuolíu og kryddi þar til það er vel húðað.

Raðið kóhlrabi í einu lagi á bökunarpappírsklædda steikarpönnu.

Bakið kóhlrabi í forhituðum ofni í um það bil 15 mínútur; hrærið í þeim og haltu áfram að elda í 15 mínútur til viðbótar.

Stráið næringargeri yfir volga kálið og berið fram strax. Verði þér að góðu!

Blómkál með Tahinisósu

(Tilbúið eftir um 10 mínútur | Skammtar 4)

Hver skammtur: Kaloríur: 217; Fita: 13g; Kolvetni: 20,3g; Prótein: 8,7g

Hráefni

1 bolli vatn

2 pund blómkálsblóm

Sjávarsalt og malaður svartur pipar, eftir smekk

3 matskeiðar sojasósa

5 matskeiðar tahini

2 hvítlauksgeirar, saxaðir

2 matskeiðar sítrónusafi

Leiðbeiningar

Í stórum potti, láttu vatnið sjóða; Bætið síðan blómkálinu út í og eldið í um 6 mínútur eða þar til gaffalinn er meyr; tæmdu, kryddaðu með salti og pipar og geymdu.

Blandið sojasósu, tahini, hvítlauk og sítrónusafa vel saman í blöndunarskál. Hellið sósunni yfir blómkálsflögurnar og berið fram.

Verði þér að góðu!

Blómkálsmauk af jurtum

(Tilbúið eftir um 25 mínútur | Skammtar 4)

Hver skammtur: Hitaeiningar: 167; Fita: 13g; Kolvetni: 11,3g; Prótein: 4,4g

Hráefni

1 ½ pund blómkálsblóm

4 matskeiðar vegan smjör

4 hvítlauksgeirar, sneiddir

Sjávarsalt og malaður svartur pipar, eftir smekk

1/4 bolli venjuleg haframjólk, ósykrað

2 matskeiðar fersk steinselja, gróft söxuð

Leiðbeiningar

Látið blómkálsflögurnar gufa í um það bil 20 mínútur; settu það til hliðar til að kólna.

Bræðið vegan smjörið í potti við hæfilega háan hita; steikið nú hvítlaukinn í um 1 mínútu eða þar til arómatískt.

Bætið blómkálsflögunum í matvinnsluvélina og síðan steiktan hvítlauk, salt, svartan pipar og haframjólk. Maukið þar til allt er vel samsett.

Skreytið með fersku steinseljulaufi og berið fram heitt. Verði þér að góðu!

Hvítlauks- og kryddsveppapönnu

(Tilbúið eftir um 10 mínútur | Skammtar 4)

Hver skammtur: Hitaeiningar: 207; Fita: 15,2g; Kolvetni: 12,7g; Prótein: 9,1g

Hráefni

4 matskeiðar vegan smjör

1 ½ pund ostrusveppir helmingaðir

3 hvítlauksgeirar, saxaðir

1 tsk þurrkað oregano

1 tsk þurrkað rósmarín

1 tsk þurrkaðar steinseljuflögur

1 tsk þurrkuð marjoram

1/2 bolli þurrt hvítvín

Kosher salt og malaður svartur pipar, eftir smekk

Leiðbeiningar

Hitið ólífuolíuna á frekar háum hita á pönnu.

Steikið nú sveppina í 3 mínútur eða þar til þeir losa vökvann. Bætið hvítlauknum út í og haltu áfram að elda í 30 sekúndur í viðbót eða þar til arómatískt.

Hrærið kryddinu saman við og haltu áfram að steikja í 6 mínútur til viðbótar, þar til sveppirnir þínir eru léttbrúnaðir.

Verði þér að góðu!

Pönnusteiktur aspas

(Tilbúið eftir um 10 mínútur | Skammtar 4)

Hver skammtur: Kaloríur: 142; Fita: 11,8g; Kolvetni: 7,7g; Prótein: 5,1g

Hráefni

4 matskeiðar vegan smjör

1 ½ pund aspasspjót, snyrt

1/2 tsk kúmenfræ, möluð

1/4 tsk lárviðarlauf, malað

Sjávarsalt og malaður svartur pipar, eftir smekk

1 tsk ferskur lime safi

Leiðbeiningar

Bræðið vegan smjörið í potti við meðalháan hita.

Steikið aspasinn í um það bil 3 til 4 mínútur, hrærið reglulega til að stuðla að jafnri eldun.

Bætið kúmenfræjum, lárviðarlaufi, salti og svörtum pipar út í og haltu áfram að elda aspasinn í 2 mínútur í viðbót þar til hann er stökkur.

Dreypið limesafa yfir aspasinn og berið fram volgan. Verði þér að góðu!

Engiferís gulrótarmauk

(Tilbúið eftir um 25 mínútur | Skammtar 4)

Hver skammtur: Hitaeiningar: 187; Fita: 8,4g; Kolvetni: 27,1g; Prótein: 3,4g

Hráefni

2 pund gulrætur, skornar í hringi

2 matskeiðar ólífuolía

1 tsk malað kúmen

Saltmalaður svartur pipar, eftir smekk

1/2 tsk cayenne pipar

1/2 tsk engifer, afhýtt og saxað

1/2 bolli nýmjólk

Leiðbeiningar

Byrjaðu á því að forhita ofninn þinn í 400 gráður F.

Hrærið gulræturnar með ólífuolíu, kúmeni, salti, svörtum pipar og cayenne pipar. Raðið þeim í einu lagi á bökunarpappírsklædda steikarplötu.

Steikið gulræturnar í forhituðum ofni í um 20 mínútur, þar til þær eru stökkar.

Bætið ristuðu gulrótunum, engiferinu og mjólkinni í matvinnsluvélina; maukið hráefnið þar til allt er vel blandað saman.

Verði þér að góðu!

Brenndar þistilhjörtur í Miðjarðarhafsstíl

(Tilbúið eftir um 50 mínútur | Skammtar 4)

Hver skammtur: Kaloríur: 218; Fita: 13g; Kolvetni: 21,4g; Prótein: 5,8g

Hráefni

4 ætiþistlar, snyrtir, hörð ytri blöð og kæfur fjarlægðir, helmingaðir

2 sítrónur, nýpressaðar

4 matskeiðar extra virgin ólífuolía

4 hvítlauksgeirar, saxaðir

1 tsk ferskt rósmarín

1 tsk fersk basil

1 tsk fersk steinselja

1 tsk ferskt oregano

Flökt sjávarsalt og malaður svartur pipar, eftir smekk

1 tsk rauð paprika flögur

1 tsk paprika

Leiðbeiningar

Byrjaðu á því að forhita ofninn þinn í 395 gráður F. Nuddaðu sítrónusafanum yfir allt yfirborð ætiþistlanna þinna.

Blandið hvítlauknum vel saman við kryddjurtir og krydd í lítilli blöndunarskál

Setjið ætiþistlahelmingana í bökunarpappírsklædda ofnform, með skera hliðinni upp. Penslið ætiþistlin jafnt með ólífuolíu. Fylltu holurnar með hvítlauk/jurtablöndunni.

Bakið í um 20 mínútur. Nú skaltu hylja þær með álpappír og baka í 30 mínútur til viðbótar. Berið fram heitt og njótið!

Steikt grænkál í taílenskum stíl

(Tilbúið eftir um 10 mínútur | Skammtar 4)

Hver skammtur: Kaloríur: 165; Fita: 9,3g; Kolvetni: 16,5g; Prótein: 8,3g

Hráefni

1 bolli vatn

1 ½ pund grænkál, harðir stilkar og rif fjarlægð, rifin í bita

2 matskeiðar sesamolía

1 tsk ferskur hvítlaukur, pressaður

1 tsk engifer, afhýtt og saxað

1 tælenskur chili, saxaður

1/2 tsk túrmerikduft

1/2 bolli kókosmjólk

Kosher salt og malaður svartur pipar, eftir smekk

Leiðbeiningar

Í stórum potti, láttu vatnið sjóða hratt. Bætið grænkálinu út í og látið malla þar til það verður bjart, um það bil 3 mínútur. Tæmið, skolið og kreistið þurrt.

Þurrkaðu pottinn með pappírsþurrku og forhitaðu sesamolíuna við vægan hita. Þegar það er heitt skaltu elda hvítlauk, engifer og chili í um það bil 1 mínútu eða svo, þar til ilmandi.

Bætið kálinu og túrmerikduftinu út í og haltu áfram að elda í 1 mínútu til viðbótar eða þar til það hefur hitnað í gegn.

Hellið kókosmjólkinni, salti og svörtum pipar smám saman út í; haltu áfram að malla þar til vökvinn hefur þykknað. Smakkið til, stillið kryddið og berið fram heitt. Verði þér að góðu!

Silkimjúkt kóhlrabímauk

(Tilbúið eftir um 30 mínútur | Skammtar 4)

Hver skammtur: Kaloríur: 175; Fita: 12,8g; Kolvetni: 12,5g; Prótein: 4,1g

Hráefni

1 ½ pund kóhlrabi, afhýtt og skorið í bita

4 matskeiðar vegan smjör

Sjávarsalt og nýmalaður svartur pipar, eftir smekk

1/2 tsk kúmenfræ

1/2 tsk kóríanderfræ

1/2 bolli sojamjólk

1 tsk ferskt dill

1 tsk fersk steinselja

Leiðbeiningar

Eldið kóhlrabi í sjóðandi söltu vatni þar til það er mjúkt, um 30 mínútur; holræsi.

Maukið kóhlrabi með vegan smjöri, salti, svörtum pipar, kúmenfræjum og kóríanderfræjum.

Maukið hráefnin með blöndunartæki og bætið mjólkinni smám saman út í. Toppið með fersku dilli og steinselju. Verði þér að góðu!

Rjómalagt spínat

(Tilbúið eftir um það bil 15 mínútur | Skammtar 4)

Hver skammtur: Hitaeiningar: 146; Fita: 7,8g; Kolvetni: 15,1g; Prótein: 8,3g

Hráefni

2 matskeiðar vegan smjör

1 laukur, saxaður

1 tsk hvítlaukur, saxaður

1 ½ bolli grænmetissoð

2 pund spínat, rifið í bita

Sjávarsalt og malaður svartur pipar, eftir smekk

1/4 tsk þurrkað dill

1/4 tsk sinnepsfræ

1/2 tsk sellerífræ

1 tsk cayenne pipar

1/2 bolli haframjólk

Leiðbeiningar

Bræðið vegan smjörið í potti við meðalháan hita.

Steikið síðan laukinn í um 3 mínútur eða þar til hann er mjúkur og hálfgagnsær. Steikið síðan hvítlaukinn í um það bil 1 mínútu þar til hann er arómatískur.

Bætið seyði og spínati út í og látið suðuna koma upp.

Snúðu hitann að suðu. Bætið kryddinu út í og haltu áfram að elda í 5 mínútur lengur.

Bætið mjólkinni út í og haltu áfram að elda í 5 mínútur í viðbót. Verði þér að góðu!

Arómatískur steiktur kóhlrabi

(Tilbúið eftir um 10 mínútur | Skammtar 4)

Hver skammtur: Hitaeiningar: 137; Fita: 10,3g; Kolvetni: 10,7g; Prótein: 2,9g

Hráefni

3 matskeiðar sesamolía

1 ½ pund kóhlrabi, afhýtt og skorið í teninga

1 tsk hvítlaukur, saxaður

1/2 tsk þurrkuð basil

1/2 tsk þurrkað oregano

Sjávarsalt og malaður svartur pipar, eftir smekk

Leiðbeiningar

Hitið sesamolíuna í nonstick pönnu. Þegar það er orðið heitt, steikið kálið í um það bil 6 mínútur.

Bætið hvítlauk, basilíku, oregano, salti og svörtum pipar út í. Haltu áfram að elda í 1 til 2 mínútur í viðbót.

Berið fram heitt. Verði þér að góðu!

Klassískt steikt hvítkál

(Tilbúið eftir um 20 mínútur | Skammtar 4)

Hver skammtur: Kaloríur: 197; Fita: 14,3g; Kolvetni: 14,8g; Prótein: 4g

Hráefni

4 matskeiðar sesamolía

1 skalottlaukur, saxaður

2 hvítlauksrif, söxuð

2 lárviðarlauf

1 bolli grænmetissoð

1 ½ pund fjólublátt hvítkál, skorið í báta

1 tsk rauð paprika flögur

Sjávarsalt og svartur pipar, eftir smekk

Leiðbeiningar

Hitið sesamolíuna í potti yfir meðalloga. Þegar hann er orðinn heitur skaltu steikja skalottlaukana í 3 til 4 mínútur, hrærið reglulega til að stuðla að jafnri eldun.

Bætið hvítlauknum og lárviðnum út í og steikið áfram í 1 mínútu til viðbótar eða þar til ilmandi.

Bætið soðinu, rauðkálsflögum, salti og svörtum pipar út í og haltu áfram að malla undir loki í um 12 mínútur eða þar til kálið hefur mýkst.

Smakkið til, stillið kryddið og berið fram heitt. Verði þér að góðu!

Steiktar gulrætur með sesamfræjum

(Tilbúið eftir um 10 mínútur | Skammtar 4)

Hver skammtur: Kaloríur: 244; Fita: 16,8g; Kolvetni: 22,7g; Prótein: 3,4g

Hráefni

1/3 bolli grænmetissoð

2 pund gulrætur, snyrtar og skornar í stangir

4 matskeiðar sesamolía

1 tsk hvítlaukur, saxaður

Himalayan salt og nýmalaður svartur pipar, eftir smekk

1 tsk cayenne pipar

2 matskeiðar fersk steinselja, söxuð

2 matskeiðar sesamfræ

Leiðbeiningar

Látið suðuna koma upp í stórum potti. Snúðu hitanum í miðlungs lágan. Bætið gulrótunum út í og haltu áfram að elda, undir loki, í um 8 mínútur, þar til gulræturnar eru stökkar.

Hitið sesamolíuna yfir meðalháum hita; steikið nú hvítlaukinn í 30 sekúndur eða þar til hann er arómatískur. Bætið salti, svörtum pipar og cayenne pipar út í.

Ristaðu sesamfræin í lítilli pönnu í 1 mínútu eða þar til þau eru bara ilmandi og gullin.

Til að bera fram, skreytið steiktu gulræturnar með steinselju og ristuðum sesamfræjum. Verði þér að góðu!

Steiktar gulrætur með tahinisósu

(Tilbúið eftir um 25 mínútur | Skammtar 4)

Hver skammtur: Kaloríur: 365; Fita: 23,8g; Kolvetni: 35,3g; Prótein: 6,1g

Hráefni

2 ½ pund gulrætur þvegnar, snyrtar og helmingaðar langsum

4 matskeiðar ólífuolía

Sjávarsalt og malaður svartur pipar, eftir smekk

Sósa:

4 matskeiðar tahini

1 tsk hvítlaukur, pressaður

2 matskeiðar hvítt edik

2 matskeiðar sojasósa

1 tsk deli sinnep

1 tsk agave síróp

1/2 tsk kúmenfræ

1/2 tsk þurrkað dill illgresi

Leiðbeiningar

Byrjaðu á því að forhita ofninn þinn í 400 gráður F.

Hrærið gulræturnar með ólífuolíu, salti og svörtum pipar. Raðið þeim í einu lagi á bökunarpappírsklædda steikarplötu.

Steikið gulræturnar í forhituðum ofni í um 20 mínútur, þar til þær eru stökkar.

Þeytið á meðan allt hráefnið í sósunni þar til það hefur blandast vel saman.

Berið gulræturnar fram með sósunni til ídýfingar. Verði þér að góðu!

Brennt blómkál með kryddjurtum

(Tilbúið eftir um 30 mínútur | Skammtar 4)

Hver skammtur: Kaloríur: 175; Fita: 14g; Kolvetni: 10,7g; Prótein: 3,7g

Hráefni

1 ½ pund blómkálsblóm

1/4 bolli ólífuolía

4 hvítlauksgeirar, heilir

1 matskeið fersk basil

1 matskeið ferskt kóríander

1 matskeið ferskt oregano

1 matskeið ferskt rósmarín

1 matskeið fersk steinselja

Sjávarsalt og malaður svartur pipar, eftir smekk

1 tsk rauð paprika flögur

Leiðbeiningar

Byrjaðu á því að forhita ofninn í 425 gráður F. Kasta blómkálinu með ólífuolíu og raða þeim á bökunarpappírsklædda steikarpönnu.

Steikið síðan blómkálið í um það bil 20 mínútur; blandaðu þeim með hvítlauknum og kryddinu og haltu áfram að elda í 10 mínútur til viðbótar.

Berið fram heitt. Verði þér að góðu!

Rjómalöguð rósmarín brokkolí mauk

(Tilbúið eftir um það bil 15 mínútur | Skammtar 4)

Hver skammtur: Kaloríur: 155; Fita: 9,8g; Kolvetni: 14,1g; Prótein: 5,7g

Hráefni

1 ½ pund spergilkál

3 matskeiðar vegan smjör

4 hvítlauksgeirar, saxaðir

2 greinar ferskt rósmarín, laufin tínd og saxuð

Sjávarsalt og rauður pipar, eftir smekk

1/4 bolli sojamjólk, ósykrað

Leiðbeiningar

Látið spergilkálið gufa í um það bil 10 mínútur; settu það til hliðar til að kólna.

Bræðið vegan smjörið í potti við hæfilega háan hita; steikið nú hvítlaukinn og rósmarínið í um það bil 1 mínútu eða þar til þau eru ilmandi.

Bætið spergilkálinu í matvinnsluvélina og síðan steikta hvítlauk/rósmarínblönduna, salt, pipar og mjólk. Maukið þar til allt er vel samsett.

Skreytið með nokkrum aukaferskum kryddjurtum ef vill og berið fram heitt. Verði þér að góðu!

Auðveld svissnesk Chard Skillet

(Tilbúið eftir um það bil 15 mínútur | Skammtar 4)

Hver skammtur: Hitaeiningar: 169; Fita: 11,1g; Kolvetni: 14,9g; Prótein: 6,3g

Hráefni

3 matskeiðar ólífuolía

1 skalottlaukur, þunnt skorinn

1 rauð paprika, fræhreinsuð og skorin í teninga

4 hvítlauksgeirar, saxaðir

1 bolli grænmetissoð

2 pund svissnesk kol, sterkir stilkar fjarlægðir, rifnir í bita

Sjávarsalt og malaður svartur pipar, eftir smekk

Leiðbeiningar

Hitið ólífuolíuna í potti yfir meðalháan hita.

Steikið síðan skalottlaukana og piparinn í um það bil 3 mínútur eða þar til hann er meyr. Steikið síðan hvítlaukinn í um það bil 1 mínútu þar til hann er arómatískur.

Bætið soðinu og svissi út í og látið suðuna koma upp. Látið sjóða niður og haltu áfram að elda í 10 mínútur lengur.

Kryddið með salti og svörtum pipar eftir smekk og berið fram volga. Verði þér að góðu!

Vínbrauð grænkál

(Tilbúið eftir um 10 mínútur | Skammtar 4)

Hver skammtur: Kaloríur: 205; Fita: 11,8g; Kolvetni: 17,3g; Prótein: 7,6g

Hráefni

1/2 bolli vatn

1 ½ pund grænkál

3 matskeiðar ólífuolía

4 matskeiðar laukur, saxaður

4 hvítlauksgeirar, saxaðir

1/2 bolli þurrt hvítvín

1/2 tsk sinnepsfræ

Kosher salt og malaður svartur pipar, eftir smekk

Leiðbeiningar

Látið suðuna koma upp í stórum potti. Bætið grænkálinu út í og látið malla þar til það verður bjart, um það bil 3 mínútur. Tæmið og kreistið þurrt.

Þurrkaðu pottinn með pappírsþurrku og forhitaðu ólífuolíuna við vægan hita. Þegar það er heitt, eldið kálið og hvítlaukinn í um það bil 2 mínútur, þar til þeir eru ilmandi.

Bætið út í víninu, sem flæddi með grænkálinu, sinnepsfræjum, salti, svörtum pipar; haltu áfram að elda, þakið, í 5 mínútur til viðbótar eða þar til það er hitað í gegn.

Hellið í einstakar skálar og berið fram heitt. Verði þér að góðu!

French Haricots Verts

(Tilbúið eftir um 10 mínútur | Skammtar 4)

Hver skammtur: Kaloríur: 197; Fita: 14,5g; Kolvetni: 14,4g; Prótein: 5,4g

Hráefni

1 ½ bolli grænmetissoð

1 Roma tómatur, maukaður

1 ½ pund Haricots Verts, snyrt

4 matskeiðar ólífuolía

2 hvítlauksrif, söxuð

1/2 tsk rauð paprika

1/2 tsk kúmenfræ

1/2 tsk þurrkað oregano

Sjávarsalt og nýmalaður svartur pipar, eftir smekk

1 matskeið ferskur sítrónusafi

Leiðbeiningar

Hitið grænmetiskraftinn og maukaða tómatana að suðu. Bætið Haricots Verts út í og látið það elda í um það bil 5 mínútur þar til Haricots Verts eru stökkar og mjúkar; varasjóður.

Hitið ólífuolíuna í potti yfir meðalháan hita; steikið hvítlaukinn í 1 mínútu eða þar til arómatískt.

Bætið við kryddinu og fráteknum grænum baunum; látið malla í um það bil 3 mínútur þar til það er eldað í gegn.

Berið fram með nokkrum skvettum af ferskum sítrónusafa. Verði þér að góðu!

Smjörkennd rófumauk

(Tilbúið eftir um 35 mínútur | Skammtar 4)

Hver skammtur: Hitaeiningar: 187; Fita: 13,6g; Kolvetni: 14g; Prótein: 3,6g

Hráefni

2 bollar vatn

1 ½ pund rófur, skrældar og skornar í litla bita

4 matskeiðar vegan smjör

1 bolli haframjólk

2 ferskir rósmaríngreinar, saxaðar

1 matskeið fersk steinselja, söxuð

1 tsk engifer-hvítlauksmauk

Kosher salt og nýmalaður svartur pipar

1 tsk rauð paprika flögur, muldar

Leiðbeiningar

Látið suðuna koma upp í vatnið; Láttu sjóða hita og eldaðu rófana í um það bil 30 mínútur; holræsi.

Notaðu blöndunartæki til að mauka rófur með vegan smjöri, mjólk, rósmaríni, steinselju, engifer-hvítlauksmauki, salti, svörtum pipar, rauðum piparflögum, bætið við matreiðsluvökvanum ef þarf.

Verði þér að góðu!

Steiktur kúrbít með kryddjurtum

(Tilbúið eftir um 10 mínútur | Skammtar 4)

Hver skammtur: Kaloríur: 99; Fita: 7,4g; Kolvetni: 6g; Prótein: 4,3g

Hráefni

2 matskeiðar ólífuolía

1 laukur, sneiddur

2 hvítlauksrif, söxuð

1 ½ pund kúrbít, sneið

Sjávarsalt og nýmalaður svartur pipar, eftir smekk

1 tsk cayenne pipar

1/2 tsk þurrkuð basil

1/2 tsk þurrkað oregano

1/2 tsk þurrkað rósmarín

Leiðbeiningar

Hitið ólífuolíuna í potti yfir meðalháan hita.

Þegar hann er heitur, steikið laukinn í um það bil 3 mínútur eða þar til hann er meyr. Steikið síðan hvítlaukinn í um það bil 1 mínútu þar til hann er arómatískur.

Bætið kúrbítnum út í ásamt kryddinu og steikið áfram í 6 mínútur þar til það er mjúkt.

Smakkið til og stillið kryddið. Verði þér að góðu!

Sætar kartöflumús

(Tilbúið eftir um 20 mínútur | Skammtar 4)

Hver skammtur: Kaloríur: 338; Fita: 6,9g; Kolvetni: 68g; Prótein: 3,7g

Hráefni

1 ½ pund sætar kartöflur, skrældar og skornar í teninga

2 matskeiðar vegan smjör, brætt

1/2 bolli agave síróp

1 tsk graskersbökukrydd

Smá sjávarsalti

1/2 bolli kókosmjólk

Leiðbeiningar

Hyljið sætu kartöflurnar með tommu eða tveimur af köldu vatni. Eldið sætu kartöflurnar í varlega sjóðandi vatni í um það bil 20 mínútur; tæmdu vel.

Bætið sætu kartöflunum í skál matvinnsluvélarinnar; bætið vegan smjöri, agavesírópi, graskersbökukryddi og salti út í.

Haldið áfram að mauka, bætið mjólkinni smám saman út í þar til allt hefur blandast vel inn. Verði þér að góðu!

Sherry Roasted King Trompet

(Tilbúið eftir um 20 mínútur | Skammtar 4)

Hver skammtur: Kaloríur: 138; Fita: 7,8g; Kolvetni: 11,8g; Prótein: 5,7g

Hráefni

1 ½ pund kóngslúðursveppir, hreinsaðir og skornir í tvennt eftir endilöngu.

2 matskeiðar ólífuolía

4 hvítlauksgeirar, saxaðir eða saxaðir

1/2 tsk þurrkað rósmarín

1/2 tsk þurrkað timjan

1/2 tsk þurrkaðar steinseljuflögur

1 tsk Dijon sinnep

1/4 bolli þurrt sherry

Sjávarsalt og nýmalaður svartur pipar, eftir smekk

Leiðbeiningar

Byrjaðu á því að forhita ofninn þinn í 390 gráður F. Klæddu stóra bökunarform með bökunarpappír.

Í hrærivélarskál, blandaðu sveppunum með restinni af hráefnunum þar til þau eru vel húðuð á öllum hliðum.

Settu sveppina í einu lagi á tilbúnu ofnplötunni.

Steikið sveppina í um það bil 20 mínútur og kastið þeim hálfa leið í elduninni.

Verði þér að góðu!

Rauðrófu- og kartöflumauk

(Tilbúið eftir um 35 mínútur | Skammtar 5)

Hver skammtur: Hitaeiningar: 177; Fita: 5,6g; Kolvetni: 28,2g; Prótein: 4g

Hráefni

1 ½ pund kartöflur, skrældar og skornar í teninga

1 pund rauðrófa, afhýdd og skorin í teninga

2 matskeiðar vegan smjör

1/2 tsk deli sinnep

1/2 bolli sojamjólk

1/2 tsk malað kúmen

1 tsk paprika

Sjávarsalt og malaður svartur pipar, eftir smekk

Leiðbeiningar

Eldið kartöflur og rauðrófur í sjóðandi söltu vatni þar til þær hafa mýkst, um það bil 30 mínútur; holræsi.

Maukið grænmetið með vegan smjöri, sinnepi, mjólk, kúmeni, papriku, salti og svörtum pipar í það þykkt sem þú vilt.

Verði þér að góðu!

Kryddaðir blómkálsbitar

(Tilbúið eftir um 25 mínútur | Skammtar 4)

Hver skammtur: Hitaeiningar: 187; Fita: 4,1g; Kolvetni: 32,8g; Prótein: 6,2g

Hráefni

1 pund blómkálsblóm

1 bolli alhliða hveiti

1 matskeið ólífuolía

1 matskeið tómatmauk

1 tsk laukduft

1 tsk hvítlauksduft

1 tsk reykt paprika

1/2 tsk þurrkað oregano

1/2 tsk þurrkuð basil

1/4 bolli heit sósa

Leiðbeiningar

Byrjaðu á því að forhita ofninn þinn í 450 gráður F. Þurrkaðu blómkálsblómin með eldhúshandklæði.

Blandið restinni af hráefnunum þar til það hefur blandast vel saman. Dýfðu blómkálsflögunum í deigið þar til þau eru vel húðuð á öllum hliðum.

Settu blómkálsflögurnar í bökunarpappírsklædda ofnform.

Steikið í um 25 mínútur eða þar til það er eldað í gegn. Verði þér að góðu!

Kartöflukaka að svissneskum stíl (Rösti)

(Tilbúið eftir um 25 mínútur | Skammtar 5)

Hver skammtur: Kaloríur: 204; Fita: 11g; Kolvetni: 24,6g; Prótein: 2,9g

Hráefni

1 ½ pund rússets kartöflur, skrældar, rifnar og kreistar

1 tsk gróft sjávarsalt

1/2 tsk rauðar piparflögur, muldar

1/2 tsk nýmalaður svartur pipar

4 matskeiðar ólífuolía

Leiðbeiningar

Blandið saman rifnum kartöflum, salti, rauðum pipar og möluðum svörtum pipar.

Hitið olíuna í steypujárni.

Setjið handfylli af kartöflublöndunni í pönnuna.

Eldið kartöflukökuna þína yfir meðallagi í um það bil 10 mínútur. Lokið kartöflunum og eldið í 10 mínútur í viðbót þar til botninn á kartöflukökunni er gullinbrúnn. Verði þér að góðu!

Rjómalagt vegan „túnfisk" salat

(Tilbúið eftir um það bil 10 mínútur | Skammtar 8)

Hver skammtur: Kaloríur: 252; Fita: 18,4g; Kolvetni: 17,1g; Prótein: 5,5g

Hráefni

2 (15 aura) dósir kjúklingabaunir, skolaðar

3/4 bolli vegan majónes

1 tsk brúnt sinnep

1 lítill rauðlaukur, saxaður

2 súrum gúrkum, saxaðar

1 tsk kapers, tæmd

1 matskeið fersk steinselja, söxuð

1 matskeið ferskt kóríander, saxað

Sjávarsalt og malaður svartur pipar, eftir smekk

2 matskeiðar sólblómafræ, ristuð

Leiðbeiningar

Blandið öllu hráefninu saman þar til allt hefur blandast vel saman.

Setjið salatið inn í kæli þar til það er tilbúið til framreiðslu.

Verði þér að góðu!

Hefðbundin Hanukkah Latkes

(Tilbúið eftir um 30 mínútur | Skammtar 6)

Hver skammtur: Hitaeiningar: 283; Fita: 18,4g; Kolvetni: 27,3g; Prótein: 3,2g

Hráefni

1 ½ pund kartöflur, skrældar, rifnar og tæmdar

3 matskeiðar grænn laukur, sneiddur

1/3 bolli alhliða hveiti

1/2 tsk lyftiduft

1/2 tsk sjávarsalt, helst kala namak

1/4 tsk malaður svartur pipar

1/2 ólífuolía

5 matskeiðar eplamósa

1 msk ferskt dill, gróft saxað

Leiðbeiningar

Blandið rifnum kartöflum, grænum lauk, hveiti, lyftidufti, salti og svörtum pipar vandlega saman.

Hitið ólífuolíuna á pönnu við vægan hita.

Setjið 1/4 bolla af kartöflublöndu á pönnuna og eldið latkes þar til þær eru gullinbrúnar á báðum hliðum. Endurtaktu með afganginum af deiginu.

Berið fram með eplamósu og fersku dilli. Verði þér að góðu!

Þakkargjörðarjurtasósa

(Tilbúið eftir um 20 mínútur | Skammtar 6)

Hver skammtur: Kaloríur: 165; Fita: 1,6g; Kolvetni: 33,8g; Prótein: 6,8g

Hráefni

3 bollar grænmetissoð

1 ½ bolli hýðishrísgrjón, soðin

6 aura Cremini sveppir, saxaðir

1 tsk þurrkuð basil

1 tsk þurrkað oregano

1/2 tsk þurrkað rósmarín

1/2 tsk þurrkað timjan

1/2 tsk hvítlaukur, saxaður

1/4 bolli ósykrað möndlumjólk

Sjávarsalt og nýmalaður svartur pipar

Leiðbeiningar

Látið suðuna koma upp í grænmetissoðinu við meðalháan hita; bætið hrísgrjónum og sveppum út í og lækkið hitann niður í suðu.

Látið malla í um 12 mínútur þar til sveppir hafa mýkst. Takið af hitanum.

Blandið síðan blöndunni þar til hún er kremkennd og einsleit.

Bætið afganginum út í og hitið sósuna við meðalhita þar til allt er eldað í gegn.

Berið fram með kartöflumús eða grænmeti að eigin vali. Verði þér að góðu!

Cornichon Relish hjá ömmu

(Tilbúið eftir um það bil 15 mínútur + kælitími | Skammtar 9)

Hver skammtur: Kaloríur: 45; Fita: 0g; Kolvetni: 10,2g; Prótein: 0,3g

Hráefni

3 bollar cornichon, smátt saxað

1 bolli hvítlaukur, smátt saxaður

1 tsk sjávarsalt

1/3 bolli eimað hvítt edik

1/4 tsk sinnepsfræ

1/3 bolli sykur

1 msk arrowroot duft, leyst upp í 1 msk vatni

Leiðbeiningar

Setjið cornichon, lauk og salt í sigti yfir skál; látið renna af í nokkrar klukkustundir. Kreistið út eins mikinn vökva og hægt er.

Hitið edik, sinnepsfræ og sykur að suðu; bætið 1/3 tsk af sjávarsalti út í og látið sjóða þar til sykurinn hefur leyst upp.

Bætið cornichon-laukblöndunni út í og haltu áfram að malla í 2 til 3 mínútur í viðbót. Hrærið örvarótarduftblöndunni saman við og haltu áfram að malla í 1 til 2 mínútur í viðbót.

Flyttu relish í skál og settu, afhjúpað, í kæli í um það bil 2 klukkustundir. Verði þér að góðu!

Epli og trönuberjachutney

(Tilbúið eftir um 1 klukkustund | Skammtar 7)

Hver skammtur: Kaloríur: 208; Fita: 0,3g; Kolvetni: 53g; Prótein: 0,6g

Hráefni

1 ½ pund eldunarepli, afhýdd, kjarnhreinsuð og skorin í teninga

1/2 bolli sætur laukur, saxaður

1/2 bolli eplaedik

1 stór appelsína, nýkreist

1 bolli púðursykur

1 tsk fennel fræ

1 msk ferskt engifer, afhýtt og rifið

1 tsk sjávarsalt

1/2 bolli þurrkuð trönuber

Leiðbeiningar

Setjið eplin, sætan lauk, edik, appelsínusafa, púðursykur, fennelfræ, engifer og salt í pott. Látið suðuna koma upp í blöndunni.

Snúðu strax hitanum til að malla; haltu áfram að malla, hrærið af og til, í um það bil 55 mínútur, þar til mestur vökvinn hefur frásogast.

Setjið til hliðar til að kólna og bætið þurrkuðum trönuberjum út í. Geymið í kæli í allt að 2 vikur.

Verði þér að góðu!

Heimabakað Eplasmjör

(Tilbúið á um 35 mínútum | Skammtar 16)

Hver skammtur: Kaloríur: 106; Fita: 0,3g; Kolvetni: 27,3g; Prótein: 0,4g

Hráefni

5 pund epli, afhýdd, kjarnhreinsuð og skorin í teninga

1 bolli vatn

2/3 bolli kornaður púðursykur

1 matskeið malaður kanill

1 tsk malaður negull

1 matskeið vanillu essens

Örlítið af nýrifnum múskat

Klípa af salti

Leiðbeiningar

Bætið eplum og vatni í þykkbotna pott og eldið í um 20 mínútur.

Stappaðu síðan soðnu eplin með kartöflustöppu; hrærið sykri, kanil, negul, vanillu, múskati og salti í maukuðu eplin; hrærið til að blandast vel saman.

Haltu áfram að malla þar til smjörið hefur þykknað þannig að það þykkni sem þú vilt.

Verði þér að góðu!

Heimabakað hnetusmjör

(Tilbúið eftir um 5 mínútur | Skammtar 16)

Hver skammtur: Kaloríur: 144; Fita: 9,1g; Kolvetni: 10,6g; Prótein: 6,9g

Hráefni

1 ½ bolli jarðhnetur, hvítaðar

Örlítil klípa af grófu salti

1 msk agave síróp

Leiðbeiningar

Í matvinnsluvélinni þinni eða háhraða blandara skaltu blanda hnetunum þar til þær eru malaðar. Vinnið síðan í 2 mínútur í viðbót, skafið niður hliðar og botn skálarinnar.

Bætið salti og agavesírópi út í.

Kveiktu á vélinni í 2 mínútur í viðbót eða þar til smjörið þitt er alveg rjómakennt og slétt.

Verði þér að góðu!

Ristað piparálegg

(Tilbúið eftir um það bil 10 mínútur | Skammtar 10)

Hver skammtur: Hitaeiningar: 111; Fita: 6,8g; Kolvetni: 10,8g; Prótein: 4,4g

Hráefni

2 rauðar paprikur, ristaðar og fræhreinsaðar

1 jalapenó pipar, ristuð og fræhreinsuð

4 aura sólþurrkaðir tómatar í olíu, tæmd

2/3 bolli sólblómafræ

2 matskeiðar laukur, saxaður

1 hvítlauksrif

1 msk Miðjarðarhafsjurtablanda

Sjávarsalt og malaður svartur pipar, eftir smekk

1/2 tsk túrmerikduft

1 tsk malað kúmen

2 matskeiðar tahini

Leiðbeiningar

Setjið allt hráefnið í skálina á hrærivélinni eða matvinnsluvélinni.

Vinnið þar til rjómakennt, einsleitt og slétt.

Geymið í loftþéttu íláti í kæli í allt að 2 vikur. Verði þér að góðu!

Klassískt vegan smjör

(Tilbúið eftir um 10 mínútur | Skammtar 16)

Hver skammtur: Kaloríur: 89; Fita: 10,1g; Kolvetni: 0,2g; Prótein: 0,1g

Hráefni

2/3 bolli hreinsuð kókosolía, brætt

1 matskeið sólblómaolía

1/4 bolli sojamjólk

1/2 tsk malt edik

1/3 tsk gróft sjávarsalt

Leiðbeiningar

Bætið kókosolíu, sólblómaolíu, mjólk og ediki í skálina á hrærivélinni. Blitz til að sameinast vel.

Bætið sjávarsalti út í og haltu áfram að blanda þar til rjómakennt og slétt; kælið þar til stíft.

Verði þér að góðu!

Kúrbítapönnukökur í Miðjarðarhafsstíl

(Tilbúið eftir um 20 mínútur | Skammtar 4)

Hver skammtur: Kaloríur: 260; Fita: 14,1g; Kolvetni: 27,1g; Prótein: 4,6g

Hráefni

1 bolli alhliða hveiti

1/2 tsk lyftiduft

1/2 tsk þurrkað oregano

1/2 tsk þurrkuð basil

1/2 tsk þurrkað rósmarín

Sjávarsalt og malaður svartur pipar, eftir smekk

1 ½ bolli kúrbít, rifinn

1 chia egg

1/2 bolli hrísgrjónamjólk

1 tsk hvítlaukur, saxaður

2 matskeiðar laukur, skorinn í sneiðar

4 matskeiðar ólífuolía

Leiðbeiningar

Blandið hveiti, lyftidufti og kryddi vandlega saman. Blandið saman kúrbítnum, chia egginu, mjólkinni, hvítlauknum og lauknum í sérstakri skál.

Bætið kúrbítsblöndunni við þurru hveitiblönduna; hrærið til að blandast vel saman.

Hitið síðan ólífuolíuna á pönnu við vægan loga. Eldið pönnukökurnar í 2 til 3 mínútur á hvorri hlið þar til þær eru gullinbrúnar.

Verði þér að góðu!

Hefðbundið norskt flatbrauð (Lefse)

(Tilbúið eftir um 20 mínútur | Skammtar 7)

Hver skammtur: Kaloríur: 215; Fita: 4,5g; Kolvetni: 38,3g; Prótein: 5,6g

Hráefni

3 meðalstórar kartöflur

1/2 bolli alhliða hveiti

1/2 bolli besan

Sjávarsalt, eftir smekk

1/4 tsk malaður svartur pipar

1/2 tsk cayenne pipar

2 matskeiðar ólífuolía

Leiðbeiningar

Sjóðið kartöflurnar í léttsöltu vatni þar til þær hafa mýkst.

Flysjið og stappið kartöflurnar og bætið síðan hveiti, besan og kryddi út í.

Skiptið deiginu í 7 jafnstórar kúlur. Flettu hverri kúlu út á smá hveitistráðu vinnuborði.

Hitið ólífuolíuna á pönnu við meðalhita og eldið hverja flatbrauð í 2 til 3 mínútur. Berið fram strax.

Verði þér að góðu!

Basic Cashew smjör

(Tilbúið eftir um 20 mínútur | Skammtar 12)

Hver skammtur: Kaloríur: 130; Fita: 10,1g; Kolvetni: 6,8g; Prótein: 3,8g

Hráefni

3 bollar hráar kasjúhnetur

1 matskeið kókosolía

Leiðbeiningar

Í matvinnsluvélinni þinni eða háhraða blandara skaltu mala kasjúhneturnar þar til þær eru malaðar. Vinnið þá síðan í 5 mínútur í viðbót, skafið niður hliðar og botn skálarinnar.

Bætið kókosolíu út í.

Keyrðu vélina þína í 10 mínútur í viðbót eða þar til smjörið þitt er alveg rjómakennt og slétt. Njóttu!

Epla- og möndlusmjörskúlur

(Tilbúið eftir um það bil 15 mínútur | Skammtar 12)

Hver skammtur: Hitaeiningar: 134; Fita: 2,4g; Kolvetni: 27,6g; Prótein: 2,3g

Hráefni

1/2 bolli möndlusmjör

1 bolli eplasmjör

1/3 bolli möndlur

1 bolli ferskar döðlur, holhreinsaðar

1/2 tsk malaður kanill

1/4 tsk möluð kardimommur

1/2 tsk möndluþykkni

1/2 tsk rommþykkni

2 ½ bollar gamaldags hafrar

Leiðbeiningar

Setjið möndlusmjörið, eplasmjörið, möndlurnar, döðlur og krydd í skálina á hrærivélinni eða matvinnsluvélinni.

Vinnið blönduna þar til þú færð þykkt deig.

Hrærið höfrunum saman við og pulsið nokkrum sinnum til viðbótar til að blandast vel. Rúllið blöndunni í kúlur og berið fram vel kælda.

Hráblandað berjasulta

(Tilbúið eftir um 1 klukkustund og 5 mínútur | Skammtar 10)

Hver skammtur: Kaloríur: 57; Fita: 1,6g; Kolvetni: 10,7g; Prótein: 1,3g

Hráefni

1/4 pund fersk hindber

1/4 pund fersk jarðarber, afhýdd

1/4 pund fersk brómber

2 msk sítrónusafi, nýkreistur

10 döðlur, holóttar

3 matskeiðar chiafræ

Leiðbeiningar

Maukið allt hráefnið í blandara eða matvinnsluvél.

Látið standa í um það bil 1 klukkustund, hrærið reglulega.

Geymið sultuna í sótthreinsuðum glösum í kæli í allt að 4 daga.

Verði þér að góðu!

Einfalt heimabakað Tahini

(Tilbúið eftir um 10 mínútur | Skammtar 16)

Hver skammtur: Kaloríur: 135; Fita: 13,4g; Kolvetni: 2,2g; Prótein: 3,6g

Hráefni

10 aura sesamfræ, afhýdd

3 matskeiðar canola olía

1/4 tsk kosher salt

Leiðbeiningar

Ristið sesamfræin á pönnu án stafurs í um það bil 4 mínútur og hrærið stöðugt í. Kældu sesamfræin alveg.

Flyttu sesamfræin yfir í skálina á matvinnsluvélinni þinni. Vinnið í um 1 mínútu.

Bætið olíu og salti út í og vinnið í 4 mínútur í viðbót, skafið botninn og hliðarnar á skálinni niður.

Geymið tahinið þitt í kæli í allt að 1 mánuð. Verði þér að góðu!

Heimalagaður grænmetiskraftur

(Tilbúið eftir um 55 mínútur | Skammtar 6)

Hver skammtur: Kaloríur: 68; Fita: 4,4g; Kolvetni: 6,2g; Prótein: 0,8g

Hráefni

2 matskeiðar ólífuolía

1 bolli laukur, saxaður

2 bollar gulrætur, saxaðar

1 bolli sellerí, saxað

4 hvítlauksgeirar, saxaðir

2 greinar rósmarín, saxað

2 timjangreinar, saxaðar

1 lárviður

1 tsk blandað piparkorn

Sjávarsalt, eftir smekk

6 bollar vatn

Leiðbeiningar

Hitið olíuna í þykkbotna potti yfir meðalháan hita. Steikið nú grænmetið í um það bil 10 mínútur, hrærið reglulega til að tryggja jafna eldun.

Bætið hvítlauknum og kryddinu út í og steikið áfram í 1 mínútu eða þar til arómatískt.

Bætið vatninu út í, látið sjóða og látið malla í 40 mínútur í viðbót.

Settu sigti yfir stóra skál og klæððu hana með ostaklút. Hellið soðinu í gegn og fleygið föstu efninu.

Verði þér að góðu!

10 mínútna Basic Caramel

(Tilbúið eftir um það bil 10 mínútur | Skammtar 10)

Hver skammtur: Kaloríur: 183; Fita: 7,7g; Kolvetni: 30g; Prótein: 0g

Hráefni

1/4 bolli kókosolía

1 ½ bolli kornsykur

1/3 tsk gróft sjávarsalt

1/3 bolli vatn

2 matskeiðar möndlusmjör

Leiðbeiningar

Bræðið kókosolíu og sykur í potti í 1 mínútu.

Þeytið restinni af hráefnunum út í og haltu áfram að elda þar til allt er að fullu blandað saman og karamellan þín er djúpt gullin.

Verði þér að góðu!

Hnetukenndur súkkulaði Fudge álegg

(Tilbúið eftir um 25 mínútur | Skammtar 16)

Hver skammtur: Hitaeiningar: 207; Fita: 20,4g; Kolvetni: 5,4g; Prótein: 4,6g

Hráefni

1 pund valhnetur

1 únsa kókosolía, brætt

2 matskeiðar maísmjöl

4 matskeiðar kakóduft

Klípa af rifnum múskat

1/3 tsk malaður kanill

Klípa af salti

Leiðbeiningar

Ristaðu valhneturnar í forhituðum ofni við 350 gráður F í um það bil 10 mínútur þar til valhneturnar þínar eru ilmandi og léttbrúnar.

Í matvinnsluvélinni þinni eða háhraða blandara skaltu mala valhneturnar þar til þær eru malaðar. Vinnið þær síðan í 5 mínútur í viðbót, skafið niður hliðarnar og botn skálarinnar; varasjóður.

Bræðið kókosolíuna við meðalhita. Bætið maísmjölinu út í og haltu áfram að elda þar til blandan fer að sjóða.

Látið sjóða niður, bætið kakódufti, múskati, kanil og salti út í; haltu áfram að elda, hrærið af og til, í um það bil 10 mínútur.

Blandið möluðu valhnetunum saman við, hrærið saman og geymið í glerkrukku. Njóttu!

Cashew rjómaostur

(Tilbúið eftir um 10 mínútur | Skammtar 6)

Hver skammtur: Kaloríur: 197; Fita: 14,4g; Kolvetni: 11,4g; Prótein: 7,4g

Hráefni

1 ½ bolli kasjúhnetur, lagðar í bleyti yfir nótt og tæmdar

1/3 bolli vatn

1/4 tsk gróft sjávarsalt

1/4 tsk þurrkað dill illgresi

1/4 tsk hvítlauksduft

2 matskeiðar næringarger

2 probiotic hylki

Leiðbeiningar

Vinnið kasjúhneturnar og vatnið í blandarann þar til þær verða kremaðar og einsleitar.

Bætið salti, dilli, hvítlauksdufti og næringargeri út í; haltu áfram að blanda þar til allt er vel blandað saman.

Hellið blöndunni í dauðhreinsaða glerkrukku. Bætið probiotic duftinu út í og blandið saman með tréskeið (ekki málmi!)

Hyljið krukkuna með hreinu eldhúshandklæði og látið standa á eldhúsbekknum til að gerjast í 24-48 klukkustundir.

Geymið í kæli í allt að viku. Verði þér að góðu!

Heimagerð súkkulaðimjólk

(Tilbúið eftir um 10 mínútur | Skammtar 4)

Hver skammtur: Kaloríur: 79; Fita: 3,1g; Kolvetni: 13,3g; Prótein: 1,3g

Hráefni

4 tsk cashew smjör

4 bollar vatn

1/2 tsk vanillumauk

4 tsk kakóduft

8 döðlur, holóttar

Leiðbeiningar

Setjið allt hráefnið í skálina á háhraða blandarann þinn.

Vinnið þar til rjómakennt, einsleitt og slétt.

Geymið í glerflösku í kæli í allt að 4 daga. Njóttu!

Hefðbundin kóresk Buchimgae

(Tilbúið eftir um 20 mínútur | Skammtar 4)

Hver skammtur: Kaloríur: 315; Fita: 19g; Kolvetni: 26,1g; Prótein: 9,5g

Hráefni

1/2 bolli alhliða hveiti

1/2 bolli kjúklingabaunamjöl

1/2 tsk lyftiduft

1 tsk hvítlauksduft

1/4 tsk malað kúmen

1/2 tsk sjávarsalt

1 gulrót, snyrt og rifin

1 lítill laukur, smátt saxaður

1 bolli Kimchi

1 grænn chili, saxaður

1 hör egg

1 matskeið baunamauk

1 bolli hrísgrjónamjólk

4 matskeiðar canola olía

Leiðbeiningar

Blandið hveiti, lyftidufti og kryddi vandlega saman. Í sérstakri skál skaltu sameina gulrót, lauk, Kimchi, grænt chili, hör egg, baunamauk og hrísgrjónamjólk.

Bætið grænmetisblöndunni við þurru hveitiblönduna; hrærið til að blandast vel saman.

Hitið síðan olíuna á pönnu yfir vægum loga. Eldið kóresku pönnukökurnar í 2 til 3 mínútur á hlið þar til þær eru stökkar.

Verði þér að góðu!

Auðvelt heimagerð Nutella

(Tilbúið eftir um 25 mínútur | Skammtar 20)

Hver skammtur: Hitaeiningar: 187; Fita: 17,1g; Kolvetni: 7g; Prótein: 4g

Hráefni

3 ½ bollar heslihnetur

1 tsk vanillufræ

Smá af grófu sjávarsalti

Klípa af rifnum múskat

1/2 tsk malaður kanill

1/2 tsk möluð kardimommur

1 bolli dökkt súkkulaðibitar

Leiðbeiningar

Ristið heslihneturnar í forhituðum ofni við 350 gráður F í um það bil 13 mínútur þar til heslihneturnar eru ilmandi og léttbrúnar.

Í matvinnsluvélinni þinni eða háhraða blandara skaltu mala heslihneturnar þar til þær eru malaðar. Vinnið síðan blönduna í 5 mínútur í viðbót, skafið niður hliðar og botn skálarinnar.

Bætið restinni af hráefnunum út í.

Keyrðu vélina þína í 4 til 5 mínútur í viðbót eða þar til blandan er alveg rjómalöguð og slétt. Njóttu!

Ljúffengt sítrónusmjör

(Tilbúið eftir um það bil 10 mínútur | Skammtar 8)

Hver skammtur: Kaloríur: 87; Fita: 3,4g; Kolvetni: 14,6g; Prótein: 0g

Hráefni

1/2 bolli kornsykur

2 matskeiðar maíssterkju

1/2 tsk sítrónubörkur, rifinn

1 bolli vatn

2 matskeiðar ferskur sítrónusafi

2 matskeiðar kókosolía

Leiðbeiningar

Blandið saman sykri, maíssterkju og sítrónubörk í potti við vægan hita.

Hrærið vatninu og sítrónusafanum út í og haltu áfram að elda þar til blandan hefur þykknað. Hitið af.

Hrærið kókosolíu út í. Verði þér að góðu!

Bláberjasulta mömmu

(Tilbúið á um 40 mínútum | Skammtar 20)

Hver skammtur: Kaloríur: 108; Fita: 0,1g; Kolvetni: 27,6g; Prótein: 0,2g

Hráefni

1 ½ pund fersk bláber

1 pund kornsykur

1 kanilstöng

5-6 negull

1 vanillustöng, klofin eftir endilöngu

1 sítróna, safi

Leiðbeiningar

Blandið öllu hráefninu saman í pott.

Haltu áfram að elda við meðalhita, hrærið stöðugt þar til sósan hefur minnkað og þyknað í um það bil 30 mínútur.

Takið af hitanum. Látið sultuna standa í 10 mínútur. Hellið í sótthreinsaðar krukkur og hyljið með lokunum. Látið það kólna alveg.

Verði þér að góðu!

Ekta spænsk tortilla

(Tilbúið eftir um 30 mínútur | Skammtar 4)

Hver skammtur: Kaloríur: 365; Fita: 13,9g; Kolvetni: 48,1g; Prótein: 14,5g

Hráefni

2 matskeiðar ólífuolía

1 ½ pund rússet kartöflur, skrældar og sneiðar

1 laukur, saxaður

Sjávarsalt og malaður svartur pipar, eftir smekk

1/4 bolli hrísgrjónamjólk

8 aura tofu, pressað og tæmt

1/2 bolli besan

2 matskeiðar maíssterkju

1/2 tsk malað kúmen

1/4 tsk malað pipar

Leiðbeiningar

Hitið 1 matskeið af ólífuolíu á pönnu. Bætið síðan kartöflunum, lauknum, salti og svörtum pipar á pönnuna.

Eldið í um 20 mínútur eða þar til kartöflurnar hafa mýkst.

Í blöndunarskál, blandaðu vandlega saman restinni af hráefnunum. Bætið kartöflublöndunni út í og hrærið til að blanda saman.

Hitið 1 matskeið sem eftir er af ólífuolíunni á pönnu við miðlungs lágan hita. Eldið tortilla þína í 5 mínútur á hlið. Berið fram heitt.

Verði þér að góðu!

Hefðbundin hvítrússnesk draniki

(Tilbúið eftir um 30 mínútur | Skammtar 4)

Hver skammtur: Kaloríur: 350; Fita: 14,4g; Kolvetni: 45,6g; Prótein: 6,8g

Hráefni

4 vaxkenndar kartöflur, skrældar, rifnar og kreistar

4 matskeiðar laukur, saxaður

1 grænn chilipipar, saxaður

1 rauður chilipipar, saxaður

1/3 bolli besan

1/2 tsk lyftiduft

1 tsk paprika

Sjávarsalt og rauður pipar, eftir smekk

1/4 bolli canola olía

2 matskeiðar ferskt kóríander, saxað

Leiðbeiningar

Blandið rifnum kartöflum, lauk, pipar, besan, lyftidufti, papriku, salti og rauðum pipar vandlega saman.

Hitið olíuna á pönnu við vægan hita.

Setjið 1/4 bolla af kartöflublöndu á pönnuna og eldið draniki þar til hann er gullinbrúnn á báðum hliðum. Endurtaktu með afganginum af deiginu.

Berið fram með fersku kóríander. Verði þér að góðu!

Miðjarðarhafs tómatsósu

(Tilbúið eftir um 20 mínútur | Skammtar 6)

Hver skammtur: Kaloríur: 106; Fita: 6,6g; Kolvetni: 9,6g; Prótein: 0,8g

Hráefni

3 matskeiðar ólífuolía

1 rauðlaukur, saxaður

3 hvítlauksrif, pressuð

4 matskeiðar maíssterkju

1 dós (14 ½ aura) tómatar, muldir

1/2 tsk þurrkuð basil

1/2 tsk þurrkað oregano

1/2 tsk þurrkað timjan

1 tsk þurrkaðar steinseljuflögur

Sjávarsalt og svartur pipar, eftir smekk

Leiðbeiningar

Hitið ólífuolíuna í stórum potti við meðalháan hita. Þegar það er heitt, steikið laukinn og hvítlaukinn þar til hann er mjúkur og ilmandi.

Bætið maíssterkjunni út í og haltu áfram að elda í 1 mínútu í viðbót.

Bætið niðursoðnu tómötunum út í og látið suðuna koma upp við meðalháan hita; hrærið kryddinu saman við og látið sjóða.

Látið malla í um 10 mínútur þar til allt er eldað í gegn.

Berið fram með grænmeti að eigin vali. Verði þér að góðu!

Pipar- og gúrkubragð

(Tilbúið eftir um 20 mínútur + kælitími | Skammtar 10)

Hver skammtur: Kaloríur: 66; Fita: 0,3g; Kolvetni: 15,3g; Prótein: 1,5g

Hráefni

6 gúrkur, saxaðar

1 rauð paprika, fræhreinsuð og saxuð

1 græn paprika, fræhreinsuð og saxuð

2 matskeiðar gróft sjávarsalt

1/2 bolli vínedik

2/3 bolli kornsykur

1/2 tsk fennel fræ

1/4 tsk sinnepsfræ

1/4 tsk malað túrmerik

1/2 tsk malað pipar

1 matskeið blönduð piparkorn

4 tsk maíssterkju

Leiðbeiningar

Setjið gúrkuna, papriku og salt í sigti yfir skál; látið renna af í nokkrar klukkustundir. Kreistið út eins mikinn vökva og hægt er.

Hitið edikið og sykurinn að suðu; bætið 1/3 tsk af sjávarsalti út í og látið sjóða þar til sykurinn hefur leyst upp.

Bætið gúrku-piparblöndunni út í og haltu áfram að malla í 2 til 3 mínútur í viðbót. Hrærið í kryddi og maíssterkju; haltu áfram að malla í 1 til 2 mínútur í viðbót.

Flyttu relish í skál og settu, afhjúpað, í kæli í um það bil 2 klukkustundir. Verði þér að góðu!

Heimabakað möndlusmjör

(Tilbúið eftir um 20 mínútur | Skammtar 20)

Hver skammtur: Hitaeiningar: 131; Fita: 11,3g; Kolvetni: 4,8g; Prótein: 4,8g

Hráefni

1 pund möndlur

Smá sjávarsalti

Klípa af rifnum múskat

Leiðbeiningar

Ristið möndlurnar í forhituðum ofni við 350 gráður F í um það bil 9 mínútur þar til hneturnar þínar eru ilmandi og léttbrúnar.

Í matvinnsluvélinni þinni eða háhraða blandara skaltu blanda möndlunum þar til þær eru malaðar. Vinnið síðan blönduna í 5 mínútur í viðbót, skafið niður hliðar og botn skálarinnar.

Bætið salti og múskati út í.

Keyrðu vélina þína í 10 mínútur í viðbót eða þar til smjörið þitt er alveg rjómakennt og slétt. Njóttu!

Mango Chutney að indverskum stíl

(Tilbúið eftir um 1 klukkustund | Skammtar 7)

Hver skammtur: Hitaeiningar: 273; Fita: 2,3g; Kolvetni: 64,3g; Prótein: 2,4g

Hráefni

5 mangó, afhýdd og skorin í teninga

1 gulur laukur, saxaður

2 rauð chili, saxaður

3/4 bolli balsamik edik

1 ½ bolli kornsykur

1 tsk kóríanderfræ

1 matskeið chana dal

1/2 tsk jeera

1/4 tsk túrmerikduft

1/4 tsk Himalayan salt

1/2 bolli rifsber

Leiðbeiningar

Setjið mangó, lauk, rauðan chili, edik, kornsykur, kóríanderfræ, chana dal, jeera, túrmerikduft og salt í pott. Látið suðuna koma upp í blöndunni.

Snúðu strax hitanum til að malla; haltu áfram að malla, hrærið af og til, í um það bil 55 mínútur, þar til mestur vökvinn hefur frásogast.

Setjið til hliðar til að kólna og bætið rifsberjunum út í. Geymið í kæli í allt að 2 vikur.

Verði þér að góðu!

Easy Grænmetis Pajeon

(Tilbúið eftir um 20 mínútur | Skammtar 4)

Hver skammtur: Kaloríur: 255; Fita: 10,6g; Kolvetni: 33,3g; Prótein: 6,2g

Hráefni

1/2 bolli alhliða hveiti

1/2 bolli kartöflusterkja

1 tsk lyftiduft

1/3 tsk Himalayan salt

1/2 bolli kimchi, smátt saxað

4 laukar, saxaðir

1 gulrót, snyrt og saxað

2 paprikur, saxaðar

1 grænn chilipipar, saxaður

1 bolli kimchi vökvi

2 matskeiðar ólífuolía

Dýfasósa:

2 matskeiðar sojasósa

2 tsk hrísgrjónaedik

1 tsk ferskt engifer, fínt rifið

Leiðbeiningar

Blandið hveiti, kartöflusterkju, lyftidufti og salti vandlega saman. Blandið saman grænmetinu og kimchi vökvanum í sérstakri skál.

Bætið grænmetisblöndunni við þurru hveitiblönduna; hrærið til að blandast vel saman.

Hitið síðan olíuna á pönnu yfir vægum loga. Eldið Pajeon í 2 til 3 mínútur á hverri hlið þar til hann er stökkur.

Á meðan blandarðu hráefninu í sósuna. Berið Pajeoninn þinn fram með sósunni til að dýfa í. Verði þér að góðu!

Heilbrigt súkkulaði hnetusmjör

(Tilbúið eftir um 15 mínútur | Skammtar 20)

Hver skammtur: Kaloríur: 118; Fita: 9,2g; Kolvetni: 6,9g; Prótein: 5,1g

Hráefni

2 ½ bollar jarðhnetur

1/2 tsk gróft sjávarsalt

1/2 tsk kanillduft

1/2 bolli kakóduft

10 döðlur, holóttar

Leiðbeiningar

Ristið hneturnar í forhituðum ofni við 350 gráður F í um það bil 7 mínútur þar til hneturnar eru ilmandi og léttbrúnar.

Í matvinnsluvélinni þinni eða háhraða blandara skaltu blanda hnetunum þar til þær eru malaðar. Vinnið síðan blönduna í 2 mínútur í viðbót, skafið niður hliðar og botn skálarinnar.

Bætið salti, kanil, kakódufti og döðlum út í.

Kveiktu á vélinni í 2 mínútur í viðbót eða þar til smjörið þitt er alveg rjómakennt og slétt. Njóttu!

Súkkulaði valhnetuálegg

(Tilbúið eftir um 20 mínútur | Skammtar 15)

Hver skammtur: Kaloríur: 78; Fita: 4,7g; Kolvetni: 9g; Prótein: 1,5g

Hráefni

1 bolli valhnetur

1 tsk hreint vanilluþykkni

1/2 bolli agave nektar

4 matskeiðar kakóduft

Smá af möluðum kanil

Klípa af rifnum múskat

Smá sjávarsalti

4 matskeiðar möndlumjólk

Leiðbeiningar

Ristið valhneturnar í forhituðum ofni við 350 gráður F í um það bil 10 mínútur þar til þær eru ilmandi og léttbrúnar.

Í matvinnsluvélinni þinni eða háhraða blandara skaltu mala valhneturnar þar til þær eru malaðar. Vinnið síðan blönduna í 5 mínútur í viðbót, skafið niður hliðar og botn skálarinnar.

Bætið restinni af hráefnunum út í.

Keyrðu vélina þína í 5 mínútur til viðbótar eða þar til blandan er alveg rjómalöguð og slétt. Njóttu!

Pekan- og apríkósusmjör

(Tilbúið eftir um 15 mínútur | Skammtar 16)

Hver skammtur: Kaloríur: 163; Fita: 17g; Kolvetni: 2,5g; Prótein: 1,4g

Hráefni

2 ½ bollar pekanhnetur

1/2 bolli þurrkaðar apríkósur, saxaðar

1/2 bolli sólblómaolía

1 tsk bourbon vanilla

1/4 tsk malaður anís

1/2 tsk kanill

1/8 tsk rifinn múskat

1/8 tsk salt

Leiðbeiningar

Í matvinnsluvélinni þinni eða háhraða blandara skaltu blanda pekanhnetunum þar til þær eru malaðar. Vinnið síðan pekanhneturnar í 5 mínútur í viðbót, skafið niður hliðar og botn skálarinnar.

Bætið restinni af hráefnunum út í.

Keyrðu vélina þína í 5 mínútur til viðbótar eða þar til blandan er alveg rjómalöguð og slétt. Njóttu!

Kanill plómu varðveitir

(Tilbúið á um 40 mínútum | Skammtar 20)

Hver skammtur: Hitaeiningar: 223; Fita: 0,3g; Kolvetni: 58,1g; Prótein: 0,8g

Hráefni

5 pund þroskaðar plómur skolaðar

2 pund kornsykur

2 matskeiðar sítrónusafi

3 kanilstangir

Leiðbeiningar

Blandið öllu hráefninu saman í pott.

Haltu áfram að elda við meðalhita, hrærið stöðugt þar til sósan hefur minnkað og þykknað í um það bil 30 mínútur.

Takið af hitanum. Látið sultuna standa í 10 mínútur. Hellið í sótthreinsaðar krukkur og hyljið með lokunum. Látið það kólna alveg.

Verði þér að góðu!

Mið-Austur Tahini útbreiðsla

(Tilbúið eftir um 10 mínútur | Skammtar 16)

Hver skammtur: Hitaeiningar: 143; Fita: 13,3g; Kolvetni: 6,2g; Prótein: 3,9g

Hráefni

10 aura sesamfræ

3 matskeiðar kakóduft

1 tsk vanillufræ

1/4 tsk kosher salt

1/2 bolli ferskar döðlur, holhreinsaðar

3 matskeiðar kókosolía

Leiðbeiningar

Ristið sesamfræin á pönnu án stafurs í um það bil 4 mínútur og hrærið stöðugt í. Kældu sesamfræin alveg.

Flyttu sesamfræin yfir í skálina á matvinnsluvélinni þinni. Vinnið í um 1 mínútu.

Bætið restinni af hráefnunum út í og vinnið í 4 mínútur í viðbót, skafið botninn og hliðar skálarinnar niður.

Geymið tahini smurninguna í kæliskápnum í allt að 1 mánuð.
Verði þér að góðu!

Vegan Ricotta ostur

(Tilbúið eftir um 10 mínútur | Skammtar 12)

Hver skammtur: Hitaeiningar: 74; Fita: 6,3g; Kolvetni: 3,3g; Prótein: 2,7g

Hráefni

1/2 bolli hráar kasjúhnetur, lagðar í bleyti yfir nótt og tæmd

1/2 bolli hrá sólblómafræ, lögð í bleyti yfir nótt og tæmd

1/4 bolli vatn

1 hrúga msk kókosolía, brætt

1 msk lime safi, nýkreistur

1 matskeið hvítt edik

1/4 tsk Dijon sinnep

2 matskeiðar næringarger

1/2 tsk hvítlauksduft

1/2 tsk túrmerikduft

1/2 tsk salt

Leiðbeiningar

Vinnið kasjúhneturnar, sólblómafræin og vatnið í blandarann þar til þær verða kremaðar og einsleitar.

Bætið restinni af hráefnunum út í; haltu áfram að blanda þar til allt er vel blandað saman.

Geymið í kæli í allt að viku. Verði þér að góðu!

Ofur auðveld möndlumjólk

(Tilbúið eftir um 10 mínútur | Skammtar 6)

Hver skammtur: Kaloríur: 78; Fita: 6g; Kolvetni: 4,8g; Prótein: 2,5g

Hráefni

1 bolli hráar möndlur, lagðar í bleyti yfir nótt og tæmdar

6 bollar vatn

1 matskeið hlynsíróp

Klípa af rifnum múskat

Klípa af salti

Smá af möluðum kanil

1 tsk vanilluþykkni

Leiðbeiningar

Setjið allt hráefnið í skálina á háhraða blandarann þinn.

Vinnið þar til rjómakennt, einsleitt og slétt.

Síið vökvann með hnetumjólkurpoka; kreistu þar til allur vökvinn er dreginn út.

Geymið í glerflösku í kæli í allt að 4 daga. Njóttu!

Heimagerð vegan jógúrt

(Tilbúið eftir um 10 mínútur | Skammtar 6)

Hver skammtur: Hitaeiningar: 141; Fita: 14,2g; Kolvetni: 4g; Prótein: 1,3g

Hráefni

1 ½ bolli fullfeiti kókosmjólk

1 tsk hlynsíróp

Smá af grófu sjávarsalti

2 hylki vegan probiotic

Leiðbeiningar

Hellið kókosmjólkinni með skeið í dauðhreinsaða glerkrukku. Bætið hlynsírópinu út í og saltið.

Tæmdu probiotic hylkin þín og hrærðu með tréskeið (ekki málmi!)

Hyljið krukkuna með hreinu eldhúshandklæði og látið standa á eldhúsbekknum til að gerjast í 24-48 klukkustundir.

Geymið í kæli í allt að viku. Verði þér að góðu!

Suður-asíska Masala Paratha

(Tilbúið eftir um 20 mínútur | Skammtar 5)

Hver skammtur: Kaloríur: 441; Fita: 30,4g; Kolvetni: 38,1g; Prótein: 5,2g

Hráefni

- 2 bollar alhliða hveiti
- 1 tsk Kala namak salt
- 1/2 tsk garam masala
- 1/2 bolli heitt vatn
- 1 matskeið canola olía
- 10 matskeiðar kókosolía, milduð

Leiðbeiningar

Blandið hveiti, salti og garam masala vandlega saman í blöndunarskál. Búið til holu í hveitiblöndunni og bætið vatninu og rapsolíu smám saman út í; blandið saman til að blanda saman.

Hnoðið deigið þar til það myndar klístraða kúlu. Látið það hvíla í ísskápnum yfir nótt.

Skiptið deiginu í 5 jafnstóra kúlur og fletjið þeim út á hreint yfirborð. Dreifið kókosolíu yfir allt paratha og brjótið það í tvennt. Dreifið kókosolíu yfir og blandið aftur saman.

Rúllaðu hverri paratha í hring um það bil 8 tommur í þvermál.

Hitið pönnu þar til hún er heit. Eldið hverja paratha í um það bil 3 mínútur eða þar til loftbólur myndast á yfirborðinu. Snúið við og eldið á hinni hliðinni í 3 mínútur lengur. Berið fram heitt.

Hefðbundinn sænskur Raggmunk

(Tilbúið eftir um 30 mínútur | Skammtar 5)

Hver skammtur: Kaloríur: 356; Fita: 22,1g; Kolvetni: 36,5g; Prótein: 4,3g

Hráefni

1 ½ pund vaxkenndar kartöflur, skrældar, rifnar og kreistar

3 msk skalottlaukur, saxaður

2 chia egg

1/2 bolli alhliða hveiti

1 tsk lyftiduft

Sjávarsalt og malað svart, til að krydda

1 tsk cayenne pipar

1/2 bolli canola olía

6 matskeiðar eplamauk

Leiðbeiningar

Blandið rifnum kartöflum, skalottlaukum, chia eggjum, hveiti, lyftidufti, salti, svörtum pipar og cayenne pipar vandlega saman.

Hitið olíuna á pönnu við vægan hita.

Setjið 1/4 bolla af kartöflublöndunni á pönnuna og eldið kartöflukökurnar í um það bil 5 mínútur á hlið. Endurtaktu með afganginum af deiginu.

Berið fram með eplamósu og njótið!

Buffalo sósu með bjór

(Tilbúið eftir um 30 mínútur | Skammtar 5)

Hver skammtur: Kaloríur: 222; Fita: 16,8g; Kolvetni: 11,2g; Prótein: 7,3g

Hráefni

3 matskeiðar ólífuolía

1 lítill rauðlaukur, saxaður

1 tsk hvítlaukur, saxaður

1/3 bolli heilhveiti

3 bollar grænmetissoð

1/2 tsk þurrkað rósmarín

1/2 tsk þurrkað oregano

1/2 tsk þurrkaðar steinseljuflögur

1/2 tsk þurrkuð salvía

1 tsk heit paprika

Sjávarsalt og nýsprungin svört pipar, eftir smekk

1 bolli bjór

Leiðbeiningar

Hitið ólífuolíuna í stórum potti við meðalháan hita. Þegar það er heitt, steikið laukinn og hvítlaukinn þar til hann er mjúkur og ilmandi.

Bætið hveitinu út í og haltu áfram að elda í 1 mínútu í viðbót.

Hellið grænmetissoðinu út í og látið suðuna koma upp við meðalháan hita; hrærið kryddinu saman við og látið sjóða.

Hellið bjórnum út í og látið malla, að hluta undir lokinu, í um 10 mínútur þar til allt er eldað í gegn.

Berið fram með kartöflumús eða blómkáli. Verði þér að góðu!

Kryddaður kóríander og myntu chutney

(Tilbúið eftir um það bil 10 mínútur | Skammtar 9)

Hver skammtur: Kaloríur: 15; Fita: 0g; Kolvetni: 0,9g; Prótein: 0,1g

Hráefni

1 ½ knippi ferskt kóríander

6 matskeiðar laukur, skorinn í sneiðar

3 matskeiðar fersk myntulauf

2 jalapenó paprikur, fræhreinsaðar

1/2 tsk kosher salt

2 matskeiðar ferskur lime safi

1/3 bolli vatn

Leiðbeiningar

Setjið allt hráefnið í skálina á hrærivélinni eða matvinnsluvélinni.

Blandaðu síðan hráefnunum saman þar til þú hefur náð æskilegri samkvæmni.

Verði þér að góðu!

Kanill möndlusmjör

Tilbúið eftir um 30 mínútur | Skammtar 16)

Hver skammtur: Kaloríur: 118; Fita: 8,9g; Kolvetni: 7,5g; Prótein: 3,8g

Hráefni

2 bollar möndlur

1 msk kanill, malaður

1 tsk hreint vanilluþykkni

3 matskeiðar agave síróp

Smá sjávarsalti

Klípa af rifnum múskat

Leiðbeiningar

Ristið möndlurnar í forhituðum ofni við 350 gráður F í um það bil 9 mínútur þar til hneturnar þínar eru ilmandi og léttbrúnar.

Í matvinnsluvélinni þinni eða háhraða blandara skaltu blanda möndlunum þar til þær eru malaðar. Vinnið síðan blönduna í 10 mínútur í viðbót, skafið niður hliðar og botn skálarinnar.

Bætið kanil, vanillu, agavesírópi, salti og múskat út í.

Keyrðu vélina þína í 10 mínútur í viðbót eða þar til smjörið þitt er alveg rjómakennt og slétt. Njóttu!

Rainbow grænmetispönnukökur

(Tilbúið eftir um 20 mínútur | Skammtar 4)

Hver skammtur: Kaloríur: 222; Fita: 4,9g; Kolvetni: 38,1g; Prótein: 7,5g

Hráefni

1 bolli alhliða hveiti

1 tsk lyftiduft

Sjávarsalt og malaður svartur pipar, eftir smekk

1 tsk paprika

1 bolli kúrbít, rifinn

1 bolli takkasveppir, saxaðir

2 meðalstórar gulrætur, snyrtar og rifnar

1 rauðlaukur, smátt saxaður

1 hvítlauksgeiri, saxaður

1 bolli spínat, rifið í bita

1/4 bolli vatn

1 tsk heit sósa

2 chia egg

Leiðbeiningar

Blandið hveiti, lyftidufti, salti, svörtum pipar og papriku vandlega saman. Blandið saman grænmetinu og vatni í sérstakri skál.

Bætið heitu sósunni og chia eggjunum út í og blandið vel saman. Bætið grænmetisblöndunni við þurru hveitiblönduna; hrærið til að blandast vel saman.

Hitið síðan olíuna á pönnu yfir vægum loga. Eldið pönnukökurnar í 2 til 3 mínútur á hvorri hlið þar til þær eru stökkar og gullinbrúnar.

Verði þér að góðu!

Garðtómatarsnakk

(Tilbúið eftir um 10 mínútur + kælitími | Skammtar 10)

Hver skammtur: Kaloríur: 208; Fita: 21,8g; Kolvetni: 3,5g; Prótein: 0,7g

Hráefni

1 pund tómatar, saxaðir

1 rauðlaukur, saxaður

1 hvítlauksgeiri, saxaður

1 bolli extra virgin ólífuolía

2 matskeiðar kapers

1 tsk chili duft

1 matskeið karrýduft

2 matskeiðar kóríander, saxað

2 matskeiðar malt edik

Leiðbeiningar

Blandið tómötunum, lauknum, hvítlauknum og ólífuolíu vel saman. Grillið í um 8 mínútur.

Bætið restinni af hráefnunum út í og hrærið til að blandast vel saman.

Flyttu relish í skál og settu, afhjúpað, í kæli í um það bil 2 klukkustundir. Verði þér að góðu!

Stökkt hnetusmjör

(Tilbúið eftir um 10 mínútur | Skammtar 20)

Hver skammtur: Kaloríur: 114; Fita: 9g; Kolvetni: 5,6g; Prótein: 4,8g

Hráefni

2 ½ bollar jarðhnetur

1/2 tsk gróft sjávarsalt

1/2 tsk kanillduft

10 döðlur, holóttar

Leiðbeiningar

Ristið hneturnar í forhituðum ofni við 350 gráður F í um það bil 7 mínútur þar til hneturnar eru ilmandi og léttbrúnar.

Í matvinnsluvélinni þinni eða háhraða blandara skaltu blanda hnetunum þar til þær eru malaðar. Geymið fyrir um 1/2 bolla af blöndunni.

Vinnið síðan blönduna í 2 mínútur í viðbót, skafið niður hliðar og botn skálarinnar.

Bætið salti, kanil og döðlum út í.

Kveiktu á vélinni í aðrar 2 mínútur eða þar til smjörið þitt er slétt.

Bætið hnetunum út í og hrærið með skeið. Njóttu!

Auðvelt appelsínusmjör

(Tilbúið eftir um það bil 10 mínútur | Skammtar 7)

Hver skammtur: Kaloríur: 140; Fita: 13,6g; Kolvetni: 6,3g; Prótein: 0g

Hráefni

2 matskeiðar kornsykur

2 matskeiðar maíssterkju

1 tsk appelsínubörkur

1 tsk ferskt engifer, afhýtt og saxað

2 matskeiðar appelsínusafi

1/2 bolli vatn

Klípa af rifnum múskat

Smá af rifnu kosher salti

7 matskeiðar kókosolía, milduð

Leiðbeiningar

Blandið saman sykri, maíssterkju, appelsínubörk og engifer saman í pott á vægum hita.

Hrærið appelsínusafa, vatni, múskati og salti saman við; haltu áfram að elda þar til blandan hefur þykknað. Hitið af.

Hrærið kókosolíu út í. Verði þér að góðu!

Grænmeti með kjúklingabaunagarði

(Tilbúið eftir um 30 mínútur | Skammtar 4)

Hver skammtur: Kaloríur: 369; Fita: 18,1g; Kolvetni: 43,5g; Prótein: 13,2g

Hráefni

2 matskeiðar ólífuolía

1 laukur, smátt saxaður

1 paprika, söxuð

1 fennelpera, saxuð

3 hvítlauksgeirar, saxaðir

2 þroskaðir tómatar, maukaðir

2 matskeiðar fersk steinselja, gróft söxuð

2 matskeiðar fersk basilíka, gróft hakkað

2 matskeiðar ferskt kóríander, gróft saxað

2 bollar grænmetissoð

14 aura niðursoðnar kjúklingabaunir, tæmd

Kosher salt og malaður svartur pipar, eftir smekk

1/2 tsk cayenne pipar

1 tsk paprika

1 avókadó, afhýtt og skorið í sneiðar

Leiðbeiningar

Hitið ólífuolíuna í þykkbotna potti yfir meðalhita. Þegar hann er orðinn heitur, steikið laukinn, paprikuna og fennikulana í um það bil 4 mínútur.

Steikið hvítlaukinn í um það bil 1 mínútu eða þar til arómatískt.

Bætið tómötunum, ferskum kryddjurtum, soði, kjúklingabaunum, salti, svörtum pipar, cayennepipar og papriku út í. Látið malla, hrærið af og til, í um 20 mínútur eða þar til það er eldað í gegn.

Smakkið til og stillið kryddið. Berið fram skreytt með sneiðunum af fersku avókadóinu. Verði þér að góðu!

Heit baunadýfingarsósa

(Tilbúið eftir um 30 mínútur | Skammtar 10)

Hver skammtur: Kaloríur: 175; Fita: 4,7g; Kolvetni: 24,9g; Prótein: 8,8g

Hráefni

2 (15 aura) dósir Great Northern baunir, tæmdar

2 matskeiðar ólífuolía

2 matskeiðar Sriracha sósa

2 matskeiðar næringarger

4 aura vegan rjómaostur

1/2 tsk paprika

1/2 tsk cayenne pipar

1/2 tsk malað kúmen

Sjávarsalt og malaður svartur pipar, eftir smekk

4 aura tortilla flögur

Leiðbeiningar

Byrjaðu á því að forhita ofninn þinn í 360 gráður F.

Blandaðu öllu hráefninu, nema tortilla flögum, í matvinnsluvélinni þinni þar til þú hefur náð viðeigandi samkvæmni.

Bakið ídýfuna í forhituðum ofni í um 25 mínútur eða þar til hún er heit.

Berið fram með tortilla flögum og njótið!

www.ingramcontent.com/pod-product-compliance
Lightning Source LLC
Chambersburg PA
CBHW070358120526
44590CB00014B/1169